व्यंकटेश माडगूळकर

I0678678

सीताराम एकनाथ

मेहता पब्लिशिंग हाऊस

SITARAM EKNATH

by VYANKATESH MADGULKAR

सीताराम एकनाथ / कथासंग्रह

व्यंकटेश माडगूळकर

© ज्ञानदा नाईक

मराठी पुस्तक प्रकाशनाचे हक्क
मेहता पब्लिशिंग हाऊस, पुणे.

प्रकाशक
सुनील अनिल मेहता,
मेहता पब्लिशिंग हाऊस,
१९४१, सदाशिव पेठ,
माडीवाले कॉलनी, पुणे - ३०.

प्रकाशनकाल
दुसरी आवृत्ती
२६ जानेवारी, १९९३
मेहता पब्लिशिंग हाऊस यांची
तिसरी आवृत्ती
मे, २०१२
पुनर्मुद्रण : नोव्हेंबर, २०१३

अक्षरजुळणी
इफेक्ट्स, २१/६ब,
आयडिअल कॉलनी,
कोथरूड, पुणे - ३८.

मुखपृष्ठावरील रेखाचित्रे
व्यंकटेश माडगूळकर

मुखपृष्ठ व मांडणी
चंद्रमोहन कुलकर्णी

मुखपृष्ठावरील लेखकाचे छायाचित्र
शेखर गोडबोले

ISBN 978-81-8498-353-1

अनुक्रम

शाळा

दुपार झाली. शाळेसमोर बांधलेली पितळी घंटा एका पोराने लाकडी ठोकळ्याने बडवली. तिचा घणघणाट साऱ्या खेड्यात ऐकू गेला.

लहानगा दिनू कुत्र्याशी खेळत होता. शाळेची घंटा त्याला ऐकू आलीच नाही.

पडवीत चौघडी अंथरूण आई पडली होती. तिने आवाज ऐकला आणि पडल्या-पडल्याच ती म्हणाली, ''घंटा झाली बघ दिनू, शाळेत जा!''

तिला असे तीन-चार वेळा ओरडावे लागले आणि मग दिनू नाखुशीने उठला. तंगड्या झाडीत आणि हात नाचवीत आईपुढे ओरडला, ''माझी पाटी दे, पुस्तक दे आणि पेन्सिलसुद्धा!''

आई उठली. लहान धाकटा आहे, तोवर तिला दिनूचे सारे करायला हवे होते. शिकून शहाणा होऊन तोच पुढे आपल्या विधवा आईला संभाळणार होता. सारा शीण फेडणार होता.

खिळ्याला अडकवलेली पाटी, कोनाड्यात पाने विस्कळीत होऊन पडलेले पुस्तक आणि पेन्सिल हे सारे साहित्य गोळा करून तिने मुलाच्या हाती दिले. ते घेताना त्याचे चिखलाने भरलेले हात तिच्या दृष्टीला पडले आणि कपाळाला आठ्या घालून ती म्हणाली, ''हात धू जा आडावर जाऊन, घाणेरडा कुठचा!''

दिनू जास्तच चिडला. हात कशाला धुवायचे? थोडे वाळल्यावर जोराने चोळले

की, सारा चिखल आपोआप जाईल निघून. काय तरीच आईचे! मग दाणदाण पाय आपटीत तो परसदारी गेला. दोन्ही हात स्वच्छ पाण्याने भरलेल्या डोणेत बुचकळून त्याने चड्डीला पुसले. परत आईकडे येऊन तो ओरडला, "आणि टोपी कुठाय माझी?"

मग शोधाशोध झाली. माजघर, स्वयंपाकघर, ओटी, खुंट्या, कोनाडे, कोपरे – पण टोपी सापडलीच नाही. बराच वेळ दोघा मायलेकांनी धुंडले, तेव्हा पोत्याच्या कडेला पडलेली आढळली. ती झटकून डोक्यावर बसवीत आणि पाटी गुडघ्यावर आपटीत दिनू बाहेर पडला.

घरांच्या सावली-सावलीतून शाळेकडे जाता-जाता त्याला मुसलमानाचा हामजा आणि त्याच लहान भाऊ आबास शाळेला जाताना दिसले. गोंड्याच्या टोपीवर पाटी-पुस्तक धरून हामजा लंगडी घालीत होता. भिंतीकडेच्या अरुंद गटारावर दोन्ही बाजूला दोन पाय ठेवून आबास उड्या मारीत चालला होता.

डाव्या हाताची दोन बोटे तोंडात घालून दिनूने आखूड शीळ फुंकली. आपल्या सोबत्याला बोलावण्याची ती पद्धत शाळेतल्या सगळ्या मुलांनी उचलली होती.

हामजा थांबला. आबासही थांबला. दरम्यान, दिनू त्यांच्यापाशी जाऊन पोचला. दिनूने विचारले, "हामजा, तू गणितं सोडवलीस?"

हामजाने नकारार्थी मान हलवली. त्रासिक चेहरा करून तो म्हणाला, "पण मास्तर मारायला लागला, तर मी आब्बाला जाऊन सांगीन. त्यानंच मला म्हैस राखायला पाठवलं होतं!"

"मीसुद्धा सोडवली नाहीत. छड्या घ्याव्या लागणार मला!"

मधेच लहानगा आबास पाटी वाजवून म्हणाला, "आमाला गणितंच नाहीत. हुर्यो!"

दिनूने त्याला चूप केले, "तू अजून एलफंडीत आहेस, तुला काय समजणार गणितातलं?"

मग काही वेळ तिघांनीही विचार केला. आबासने आपल्या खमिसाचे टोक तोंडात घालून चोखले. हामजाने पालथ्या मुठीने आपले नकटे नाक जोरजोराने चोळले. दिनूने बोटांची नखे कुरतडली आणि मग एकाएकी त्याने निर्णय घेतला, "आपण शाळेत जाऊयाच नको!"

सर्वांनाच ही कल्पना पसंत पडली. "हुर्यो! मास्तराची चांगलीच जिरली!" मग हामजाने घरी चहाडी न करण्याबद्दल आबासला ताकीद दिली आणि ते तिघेही गुपचूप ओढ्यावर गेले.

तरवड, घाणेरी, चिंच, करंज ह्या झाडांच्या दाटीमधून पांढरा शुभ्र ओढा धावत होता. त्याचा खळखळाट पोरांनी ऐकला. शेवाळ, करंज आणि चिंचा यांचे एकमेकांत

मिसळलेले वास हुंगले आणि मग मोकळ्या रानात सोडलेल्या वासरांसारखी ती वाळूत हुंदडली.

हामजा म्हणाला, "आपल्या पाट्या वाळून पुरून ठेवू, म्हणजे गमावणार नाहीत.''

दिनूने भसाभसा वाळू उकरून एक छोटासा खड्डा तयार केला. त्यात दोघांच्या पाट्या-पुस्तके पुरली. वर वाळूचा ढीग करून खुणेसाठी दगड ठेवला.

दुपारचे ऊन धारेत पडले होते. खळखळती धार चमकत होती. छोटे-छोटे मासे तिच्यात पोहत होते. कधी सूर मारून ते पुढे जात, तर कधी आपल्या नाजूक शेपट्या लुटुलुटु हलवीत एका जागी स्थिर राहत.

हामजाने तुमान खोचली. खमिसाच्या बाह्या वर सारल्या. धारेत शिरत तो म्हणाला, "मी मासे धरणार!''

दिनू आणि आबास धारेच्या कडेला उभे राहून बघू लागले.

एक अंगठ्याएवढा मासा उथळ पाण्यात तरत होता संथपणाने. त्याचा रंग खालच्या वाळूसारखाच होता.

पायाचा आवाज न होऊ देता, हामजा हळूहळू एक-एक पाऊल उचलू लागला. हलकेच खाली वाकला. फुलपाखरू पकडताना करावे तसे त्याने आपले दोन्ही हात केले. दोन्ही पंजांचे अंगठे एकमेकांत गुंतवले आणि सावकाशपणे अगदी पाण्याला टेकवले!

दिनू आणि आबास यांनी श्वास रोखले. कपाळावरचे केस सारून डोळे मोठे केले.

मासा अजून स्थिर होता. आपली नाजूक शेपटी हलवीत एका जागी राहिला होता. मग हामजाने विलक्षण चपळाई केली. माशावर गपकन झडप टाकली.

दिनूच्या पोटात एकदम खड्डा पडला. आबासच्या पण. हातात असलेली वाळू गच्च धरून हामजा धारेबाहेर आला आणि त्याने ओंजळ उघडली.

थुत्! त्यात काहीच नव्हते!

धारेकडे बोट दाखवीत दिनू ओरडला, "अरे, तो बघ – पुढं पळाला.''

तो लुच्चा मासा खडकाच्या आडोशाला जाऊन लपला होता.

मग वाळूचे हात झाडून हामजा पुन्हा पुढे सरसावला. दबत-दबत खडकापाशी जाऊ लागला. माशापाशी पोहोचला. त्याने हाताची पकड तयार केली. अगदी हळूच वाकून माशावर धरली. पण एवढ्यात तो हुशार मासा सुळकन पुढे गेला. हामजा धावला. तसे आबास आणि दिनूही धारेच्या कडेकडेने त्याच्या पाठोपाठ गेले. पण मग मासाच कुठे गडप झाला, पोरांची नजर चुकवून कुठे नाहीसा झाला.

हामजा म्हणाला, "दिनू, शेवाळ्याच्याखाली मासे दडतात. वरून गपकन

झडप टाकून शेवाळं धरायचं आणि कोरड्या वाळूत टाकायचं की, मग चार-दोन मासे तडफड-तडफड करतात!''

आणि माशांचे तडफडणे त्याने अगदी हावभावासकट करून दाखवले. आबासला खूप हसू आले; पण तोंडावर हात ठेवून त्याने ते झाकून टाकले.

दिनू म्हणाला, ''चल मग, आबास आपण वर जाऊ. तिकडं असंल शेवाळं!''

गावाचा पाणोठा सोडून ती तीन मुले धारेतून खूप-खूप वर गेली. हिरवे बिळबिळीत शेवाळ, खडकाची भोके आणि लव्हाळ्याच्या जाळीदार मुळ्या यातून हात घालीत; पायाने पाणी उडवीत.

मग आठ-दहा मोठे मासे हामजाने पकडले. मासा सापडताच तो त्याला कोरड्या वाळूवर बदाबद आपटी आणि तो मार खाऊन मेला म्हणजे खमिसाच्या पुढल्या पारव्याला गाठी मारून तयार केलेल्या झोळीत टाकी. आपली तांबडीलाल आणि चिमुकली तोंडे वासून ते सारे मासे झोळीत पडून राहत.

हामजा दिनूला माहिती देई, ''दिनू, हा डोकरा बरं का, काळ्या पाठीचा आणि हा छोटा मिशावाला झिंगा!''

मग दिनू त्याला हात लावून पाही. ''कसे रे खाता तुम्ही मासे?''

''अरे, तुला काय त्याची चव? आता मी त्यांची पोटं फोडून घाण बाहेर काढीन. खवले काढीन. शेपटी आणि हे कल्लेसुद्धा चिरून टाकायचे, बरं का! आणि मग तव्यावर भाजून, चटणी-मीठ टाकून खायचे!''

दिनूच्या तोंडाला पाणी सुटले. आबासने खमिसाची बाही चघळायला सुरुवात केली.

लवकरच मुलांना ह्या खेळाचा कंटाळा आला. हामजाने दिनूची गांधीटोपी पाण्यात भिजवली. त्यात सारे मासे घातले. तुमानीच्या नाडीत ती खोचून तो म्हणाला, ''आपण काटेवनात जाऊ, व्हल्याची अंडी काढायला!''

ओढ्याच्या एका कडेला हे काटेवन विलक्षण रीतीने वाढले होते. बाभळी, बोराटी, नेपती आणि किती तरी प्रकारची झाडेझुडपे यांची गिचमीड त्यात होती. खेड्यातल्या बायका जळणासाठी तिथे येत. रामोशी आणि मांग तिथली मधाची पोळी गोळा करून नेत. बोरा-जांभळांच्या दिवसांत गुराखी पोरे काटेवनातच शिरत.

अनवाणी पायांनी काट्याकुट्यांतून वाट काढीत ही तीन मुले त्या गिचमिडीत शिरली, तेव्हा बोराटीच्या झाडावर पिसे उकरीत बसलेल्या भोरड्यांनी गोंगाट केला. पोटाखाली अंडी घेऊन कोट्यात बसलेल्या व्हल्यांनी आपल्या गोल डोळ्यांची चमत्कारिक उघडझाप केली. माना वाकड्या करून ते सावट घेऊ लागले. बाभळीच्या बुंध्यावर बसून वाळली बोरे खाणारी एक खार शेपूट उडवीत पळाली आणि वरच्या खोडावर उलटी होऊन चिरकू लागली. कोट्यात बसलेली तिची तीन पिले विलक्षण घाबरली.

एका झाडाकडे हात करून दिनू ओरडला, ''अरे, ते बघ व्हल्याचं कोटं!''
हामजाने पाहिले.

''दिनू, ते कोटं व्हल्याचं नव्हे, रानचिमणीचं आहे. त्यांच्या पाठी विटकरी
रंगाच्या असतात आणि गळ्याखाली पिवळा ठिपका असतो!''

''कसं रे तू ओळखतोस?''

''हात् तिच्या! त्यात काय! व्हल्याचं कोटं काटक्यांचं असतं आणि हे बघ –
नुसत्या कुसळांनी केलं आहे, मऊ-मऊ!''

हामजा दबकत-दबकत त्या कोट्यापाशी गेला, बुंध्यावर चढला आणि कोटं
काढण्यासाठी त्याने हात घातला. तशी एक बारकी चिमणी भुर्रकन् त्यातून उडाली
आणि वरच्या डहाळीवर जाऊन बसली. आपली एवढीशी शेपटी नाचवत चिवचिवू
लागली. हामजाने सांगितल्याप्रमाणे तिचा रंग होता.

''अंडी आहेत का रे, हामजा?'' आबासने विचारले.

''नाही-नाही. आताशा कुठं ती कोटं तयार करायला लागलीय. ते पुरं झालं
म्हणजे ती घालील!''

आबासला अंडी बघण्याची फार घाई झाली होती. हामजाने एक व्हल्याचं कोटं
त्याला दाखविलं. बोराटीच्या एका बुरट्या झाडावर फांद्यांच्या बेचक्यात ते होतं.
फिकट जांभळ्या रंगाचा व्हला त्यात बसला होता.

''आबास, हा पठाणी व्हला हं. आपल्या व्हल्यापेक्षा मोठा असतो!'' हामजाने
माहिती दिली.

मग दिनूने नेम धरून एक धोंडा भिरकावला. पठाणी व्हला भुर्रकन उडून गेला.
मोठ्या मुश्किलीने दिनू त्या झाडावर चढला. बोराटीच्या वाकड्या काट्यांनी त्याच्या
अंगाचे ओरखडे काढले, तरी तो डरला नाही. त्या काटक्यांच्या कोट्यात दोन अंडी
होती – लहान आणि पांढरीशुभ्र. हळुवार हाताने ती दिनूने काढून घेतली आणि तो
खाली उतरला. उतरता-उतरता त्याचा सदरा फाटला.

आबासने ती अंडी आपल्या खमिसाच्या खिशात बंदोबस्ताने ठेवून दिली. मग
काटेवनातून मुले हिंडहिंड हिंडली. व्हल्या, पारव्यांची कोटी शोधत अन् खारींच्यामागे
धावत. बाभळीवरचा पांढरा-पिवळा डिंक गोळा करीत फिरली. हामजाची टकळी
सारखी चालू होती, ''आबास, आपण हा डिंकाचा गोळा आता वाण्याला देऊ.
चांगले चार पैसे येतील!''

छोटा आबास खमिसाच्या बाहीने नाक पुशीत भावाला दुजोरा देत होता,
''हो-हो, आणि मग उरुसादिवशी आपण त्याची शिट्टी घेऊ, नाही तर तीळ
लावलेल्या रेवड्या.''

उरुसाचे मजेशीर वातावरण आठवून दिनूच्या डोळ्यांची चमत्कारिक उघडझाप

होत होती. आबास रेवड्यांऐवजी हाताचा अंगठा चोखत होता. आणि झाडांच्या सावलीतून खाली-वर बघत, नाना वासांनी भरलेल्या त्या ऊबदार हवेतून मुले भटकत होती.

एखाद्या झाडाकडे बोट दाखवून आबास विचारी, ''हामजा, ही देवबाभळ – होय ना रे?''

''हां, ही देवबाभळ. बुटकी आणि डेरेदार. हिचे काटेही खूप मोठे असतात.''

''आणि रामकाठी कोणती रे, आबास?'' दिनूने विचारले. कारण शेरडे राखणाऱ्या पोरांकडून हा शब्द त्याने ऐकलेला होता.

आबास म्हणाला, ''काटे नसतात त्या बाभळीला दिनू. आणि लिंबाऱ्यासारखी उंच-उंच वाढते, ती रामकाठी. शेरडांना खायला उत्तम!''

त्या जंगलातून असल्या अनेक नवीन गोष्टी दिनूने पाहिल्या. सुरेख पक्षी, पांढरे उंदीर, हिरव्या पंखांचे झगझगीत सोनकिडे. ते धरून काड्यापेटीत ठेवायचे आणि बाभळीचा कोवळा पाला त्यांना खाऊ घालायचा, म्हणजे ते अंडी घालतात. नेपतीची तांबडीलाल फळे. कोळीश्राची विलक्षण कोटी. मधाची पोळी. किती तरी गोष्टी!

चालता-चालता आबासच्या कोवळ्या पायात एक काटा भस्कन शिरला. तेव्हा पाय वर धरून तो रडायला लागला. हामजाने त्याला खाली बसवले. देवबाभळीचा एक मोठा काटा घेऊन त्याने काटा काढायचा प्रयत्न केला, पण तो पार आत गेला होता. मग त्याने रुईचे झुडूप शोधून काढले. पान मोडून त्याचा पांढरा चीक काटा मोडला त्या ठिकाणी लावला.

''आबास, उद्या सकाळी काटा आपोआप बाहेर येईल, तू रडू नकोस!''

सूर्य पश्चिमेकडे कलला. वारा सुटला. पिकाचा आणि काळ्या मातीचा सुगंध दरवळला. काटेवनातील पाखरे गोंधळ करू लागली.

हामजा म्हणाला, ''अंधार पडंल, आपण घरी जाऊ.''

गेली तशी ओढ्याच्या काठाकाठाने मुले परत आली. आबासच्या खमिसातली अंडी केव्हाच फुटली होती. त्याचे पांढरे-पिवळे आणि चिकट डाग पडले होते. ते त्याने पाण्याने धुतले. भूक लागली तेव्हा हामजाने डिंकाचा एक-एक खडा दोघांनाही दिला, आपण खाल्ला! त्या चवदार डिंकाने त्यांची तोंडे चिकट झाली. दाढेला दाढ चिकटू लागली.

पुरून ठेवलेली पाटी-पुस्तके काढून तिघेही आपापल्या घरी गेले.

ते गावापाशी आले, तेव्हा आभाळ डाळिंबाच्या फुलासारखे झाले होते. रानातून घरी येणारी शेळ्या-मेंढरे 'बें-बें' करून ओरडत होती. त्यांच्या खुरांनी उधळलेली धूळ गावावर तरंगत होती.

दिनूची आई समई पुशीत बसली होती. दिनूला बघताच ती म्हणाली, ''किती

रे उशीर? आणि तोंड एवढं तांबडंलाल कशानं झालंय? उन्हात हिंडलास का?''

दिनू काहीच बोलला नाही. अजूनही तो काटेवनातल्या विलक्षण वातावरणातच होता. पायाने पाणी उडवीत होता, मासे पकडीत होता. व्हल्याची कोटी काढीत होता. डिंक गोळा करीत होता.

आईला वाटले, मास्तरांनी मुलांना खूप खेळवलेले दिसते, त्यानेच उशीर झाला. आणि मग आपला एवढासा मुलगा न चुकता शाळेत जाऊन शिकतोय, ह्या जाणिवेने त्या माऊलीचे मन समाधानाने काठोकाठ भरले!

■

काका

सकाळच्या वेळी रानातून पक्ष्यांची कोटी शोधीत हिंडत असताना मला एक माणूस भेटला. त्याच्या अंगावर मळकी लक्तरं होती. केस बरेच वाढले होते. पाठीशी बोचकं टाकून पाय फरफटत तो माझ्यापाशी आला. मला न्याहाळून म्हणाला, "मला ओळखलंस पोरा?"

"नाही. तुम्ही भिकारी आहात काय?"

त्याचा उन्हानं कोळपलेला चेहरा दुःखी झाला. कपाळावरचा घाम बोटानं निपटून टाकीत त्यानं उत्तर दिलं, "मी तुझा काका, विनायक!"

मी डोळे बारीक करून त्याच्या तोंडाकडे बघितले.

"मला एक काका होता खरा. तुम्ही बरेच दिवसांपूर्वी घरातून पळून गेला होता. बेपत्ता होता, नव्हे?"

तो थोडका हसला व म्हणाला, "हे तुला कसं कळलं?"

"हं! गावातल्या प्रत्येक माणसाला ही गोष्ट ठाऊक आहे!"

काकानं माझ्या खांद्यावर हात ठेवला. वाकून म्हटले, "पोरा, माणसाचं आयुष्य ही एक मोठी गमतीदार गोष्ट आहे. मी खोटे सांगणार नाही. खरोखर अगदी बाका प्रसंग आल्याशिवाय मी खोटे बोलत नाही. आपलं घराणं तसं चांगल्या माणसांचं आहे. मी अनेक दिवस बेपत्ता आहे, ही गोष्ट खरी आहे. पुष्कळ माणसं घरातून पळून

जाऊन अशी बेपत्ता होतात. तू ते मनावर घेऊ नकोस. आपलं घराणं हे अत्यंत हुशार माणसांचं, चांगली परंपरा असलेलं आहे. समजलं?''

मी मान हलवली.

''मग मला घरी घेऊन चलतोस?''

''माझे वडील घरी नसतात. नोकरीसाठी त्यांना बाहेरगावी राहावं लागतं. घरी फक्त आई आणि मावशी आहे!''

''तरी चालेल. तुझी आई मला ओळखेल. लहानपणी तिनंच माझा संभाळ केला आहे.''

त्याचा चेहरा दुःखी झाला. आपले खडबडीत पंजे पाठीमागे धरून त्यानं मान छातीवर टाकली. मला वाटलं, तो आता रडणार. पण पुन्हा मान वर करून तो म्हणाला, ''मग घरी घेऊन चलतोस?''

''चल.''

काळ्या रानातील पायवाट तुडवीत आम्ही गावात आलो. तोपर्यंत एकमेकांशी बोललो नाही. घरी येताच काका जोत्यावर बसला आणि मी आत गेलो. सुंदरामावशी आणि आई गवारीच्या शेंगा नीट करीत बसल्या होत्या.

मी म्हणालो, ''आई, बाहेर कोणी माणूस आला आहे. तो म्हणतो की, मी विनायककाका आहे!''

आई चट्कन उठली आणि बाहेर आली. पायावरची धूळ झाडीत बसलेल्या काकाकडे बघून म्हणाली, ''तूच का तो विनायक?''

काका उठून उभा राहिला. आईला नमस्कार करून म्हणाला, ''होय वहिनी, मीच तो!''

त्याचा वेष बघून आई कळवळली. ''अगाईऽऽ काय रे ही तुझी दशा विन्या!'' पण पुन्हा तिला काय वाटलं, कोण जाणे. चेहरा कठोर करून ती म्हणाली, ''फिरून का आलास तू माझ्या घरी? लहानपणापासून नीट खाऊ-पिऊ घालून वाढवला तरी मला न विचारता, न पुसता पळून गेलास; आणि सहा वर्षांनी आज उगवतो आहेस! पळून गेलास तो गेलास, जाताना पैसे चोरलेस! बाहेर जाऊन कुळाला न शोभण्यासारखा वागलास! तुला भाकरी बडवून घालायला मला बळ नाही. तू का आलास माझ्या घरी?''

खाली मान घालून काका म्हणाला, ''सहज ह्या गावावरून चाललो होतो वहिनी. वाटेत पोरगा आढळला. मला पुढं जाववलं नाही. म्हटलं, भेटून यावं सगळ्यांना. तो भेटला नसता, तर मी आलो नसतो!''

''उगीच माझ्या पोटात खडे घालू नकोस. निघून जा. माझ्या घरात जागा नाही.''

"मी घरात राहणार नाही वहिनी. मी बाहेर झोपीन. उघड्यावर झोपायची मला सवय आहे!"

मी म्हणालो, "कडब्याची खोली चांगली त्यापेक्षा! वारा लागणार नाही. तिथं उंदीर आहेत. पण आपण ते मारू!"

मग आईला दया आली. तिचा आवाज मायाळू झाला. काकाला म्हणाली, "परसदारी जाऊन हात-पाय धू. वाटल्यास अंघोळ कर. धोतर देते यांचं, ते नेस जा."

काका आणि मी परसदाराच्या आडावर गेलो. ओढून ठेवलेलं पाणी तिथं नव्हतं. काका म्हणाला, "पाणी आडातून काढण्यापेक्षा आडात उतरून अंघोळ केली तर काय होईल?"

कल्पना मला आवडली. क्षणभर मोह झाला; पण मग स्वत:ला सावरून म्हटले, "पाणी गढूळ होईल आणि आठवडाभर पिता येणार नाही. आईला समजले तर ती तुला हाकलून देईल."

माझं बोलणं त्याला पटलं. भराभर पोहरे काढून त्यानं अंगावर ओतून घेतले. त्याची अंघोळ होईपर्यंत मी पडक्या भिंतीवर पाय हलवीत बसून राहिलो.

पुढच्या ओसरीवर येताच आईने केळीच्या पानावर भाकरी आणि चटणी घालून ते काकाला दिलं. जोत्यावर बसून तो खाऊ लागला. मोठमोठे घास घेऊ लागला. आई त्याच्याकडे बघत काही वेळ उभी राहिली. मला खुणावून आत गेली. मी पाठोपाठ गेलो. कुलपात ठेवलेला डबा काढून आईने दोन लाडू माझ्या हातावर ठेवले आणि म्हटले, "हे दे जा त्याला."

मी बाहेर पडलो आणि एक लाडू चड्डीच्या खिशात घातला. दुसरा काकाला देऊन म्हटले, "आईनं दिला."

तो हसला. म्हणाला, "आपलं घराणं हे अत्यंत चांगल्या लोकांचं आहे, बघ!" मी मान हलवली आणि वैरणीच्या खोलीत गेलो. तेथे लाडू खाऊन परत आलो.

काकानं जेवण आटोपलं होतं. केळीचं पान चुरगाळून फेकीत तो म्हणाला, "मला आता झोपायचं आहे."

त्याला घेऊन मी वैरणीच्या खोलीत गेलो. खाली चगळ अंथरूण काका झोपला आणि घोरू लागला. मीही त्याच्या शेजारी पडलो. काही वेळानं उंदीर आले आणि काकाच्या पायाचा अंगठा कुरतडू लागले. मी उठलो आणि हातात लाकूड घेऊन उंदराला बडवू लागलो.

चार रट्टे पायावर बसताच काका जागा झाला आणि म्हणाला, "माझा पाय मोडणार आहेस का?"

"नाही. उंदीर तुझा अंगठा खात होते, त्यांना मी मारत होतो!"

मान हलवून काका म्हणाला, "उंदीर असे मरत नाहीत."

मग त्याने आपला फाटका अंगरखा अंगातून काढला. पेंडीच्या आत आम्ही छपून बसलो. दोन-तीन उंदीर बिळाच्या बाहेर आले आणि इकडे-तिकडे हिंडू लागले. तेव्हा काकानं अंगरख्याचा बोळा चपळाईनं कोंबून बीळ बंद केलं. हातात लाकूड घेऊन तो बिळापाशी उभा राहिला व मला म्हणाला, "पेंढ्या हलवून उंदीर हुसक!"

मी तसे करताच उंदीर भ्याले आणि सपाट बिळाकडे पळाले. आत शिरण्यासाठी अंगरख्यात तोंडे ढोसू लागले. पण काकानं दोन्ही हातांनी धपाटे घालून त्यांचा जीव घेतला!

तिसऱ्या प्रहरापर्यंत खोलीतले जवळजवळ सगळे उंदीर आम्ही मारले आणि आमच्या मांजरीला खाऊ घातले. तिला एकटीला ते संपले नाहीत, तेव्हा शेपूट धरून काकाने हे हवेत उडविले आणि कावळ्यांनी पळविले!

काका आमच्या घरीच राहिला. घरात कुणी पुरुषमाणूस नव्हतं. त्यामुळं आईनं त्याला ठेवून घेतलं. नीट वागेन, अशी हमी त्याच्याकडून घेतली आणि ती काकानं दिली. शेवटी धीर करून त्यानं आपली अडचण सांगितली, "वहिनी, मला पाचशे रुपये कर्ज आहे. ते चुकविण्यासाठी मी असा लमाणासारखा गावोगाव हिंडतो. तेवढं कर्ज भागवलं, तर मी निर्वेधपणानं इथं राहीन. तुमच्या घरातील पडतील ती कामं करीन आणि तुमची पोरं खाऊन उरेल ते अन्न खाईन."

आई संतापली. म्हणाली, "काही नको माझ्या घरी राहायला. तू चालता हो. तुला पोसू ते पोसू आणि वर मेल्या तुझं कर्ज फेडू? आम्ही काय जहागीरदार लागून गेलोय, होय रे? पाचशे रुपये आणू कुठनं? घरदार गहाण टाकू माझं?"

आई तशी तोडून बोलली खरी, पण मागून तिचं तिलाच वाईट वाटलं. 'बिचारं पोर वनवासी आहे. ह्या जगात आमच्याशिवाय आपलं म्हणायला कोण आहे त्याचं? नडी-अडचणीला आमच्याशिवाय कुणाच्या तोंडाकडं बघावं त्यानं? पण आमचा संसार हा असा. पाचशे रुपयांची सवड कशी आणि कुठून काढायची?' असं तिला वाटलं. पण पुन्हा, 'काहीही करून विन्याचा गुंतलेला गळा मोकळा केला पाहिजे; नाही तर त्याच्यावर वॉरंट निघेल, बिचारा तुरुंगात बसेल,' अशा विचारानं ती कळवळली आणि मावशीला म्हणाली, "सुंदरे, मला पाचशे रुपये उसने दे तुझ्याजवळचे. मी ते बेताबेताने फेडीन!"

सुंदरामावशीचा नवरा लहानपणीच उलथला होता. त्याचा पैसा तिच्यापाशी होता. बहिणीच्या आधारावर ती राहत होती. तिला नाही म्हणवले नाही.

"मी देते गं, पण तू अनाठायी माया ओतली आहेस. हा भणंग पैसे घेईल आणि पुन्हा कुठं तरी परागंदा होईल. एखादी बाई पुन्हा ठेवील, चैन करील आणि

पैसे उडाल्यावर पुन्हा तुझ्या दाराशी भिकाऱ्यासारखा येईल!''

"बाई, त्याचा शब्द त्याच्यापाशी. आपल्या हातून होईल तेवढं करावं. नीट राहिला, चांगला वागू लागला; तर 'इकडं'ही समाधान होईल. तेवढाच भाऊ आहे.''

अखेर मावशीनं पैसे दिले. ते घेऊन काका चार दिवस नाहीसा झाला. परत आला तो नीटनेटके कपडे घालून. येताना माझ्यासाठी जरीची टोपी, आईसाठी चोळीचे कापड घेऊन आला. म्हणाला, "वहिनी, कर्जदाराच्या मढ्यावर पैसे ओतले. त्यानं थोडी सूट दिली. त्यातून ह्या जिनसा आणल्या. आता माझ्या जिवाला कसलाही घोर नाही!''

आई म्हणाली, "बरं झालं बाबा. आता नीट राहा. वाटलं, तर कुठं कामधंदा कर. नाही तर शेती-भाती बघून राहा. मला तू काही जड नाहीस. यांच्यामागं इथं कुणी पुरुषमाणूस नाही. सगळं मला बघावं लागतं. तू राहा. अरे, का असा भणंगासारखा हिंडतोस? जन्म का फुकट घालवतोस?''

आईचं बोलणं काकाला पटलं. तो आमच्या घरी राहू लागला. हळूहळू घराचा सगळा कारभार त्यानं आपल्या हाती घेतला. बाजारहाट करणं, पैशाच्या देवघेवीचे व्यवहार करणं, आडातला गाळ काढून घेणं, घराची डागडुजी करणं वगैरे गोष्टी काका बघू लागला. नीट रीतीनं बघू लागला. ह्या सर्व कामातून त्याला मोकळा वेळ खूपच मिळे. मग तो हातात बोरीचा वाळला ढापा घेई आणि म्हणे, "पोरा, पाकोळ्या फार झाल्या घरात. उंदरांसारखा त्यांचाही निकाल लावू!''

संध्याकाळ झाली की, वळचणीला बसून राहिलेल्या काळ्या पाकोळ्या बाहेर पडत आणि सोप्यातून, अंगणातून भिरभिरू लागत. बोराटीचा फांजर उगारून काका साऱ्या घरातून सैरावैरा धावे. भिरभिरणाऱ्या पाकोळ्या त्यात अडकत. बोरीचे वाकडे काटे त्यांच्या पातळ पंखांतून घुसत. आपली उंदरांसारखी तोंडं वासून त्या 'ची-ची' करून ओरडत. सुंदरामावशी पडवीत उभ्या राहून, काकाच्या या पराक्रमाकडे कौतुकाने बघत.

कधी गावाबाहेर लाकडाच्या ओंडक्यावर बसून काका विड्या ओढी. मलाही देई. संध्याकाळच्या थंड वेळी विड्या ओढायला मोठी मजा येई. काका म्हणे, "तुझी मावशी ही मोठी चांगली बाई आहे. खरोखरीच अशा बायका फार थोड्या असतात!''

"चांगली म्हणजे कशी काका?''

काकांचे डोळे मोठे होत. माझं मानगूट हातात पकडून तो मला गदागदा हलवी. म्हणे, "अरे साल्या! माझ्यापाशी हुशारी दाखवतोस?''

आणि मोठमोठ्यानं हसे. साळूच्या रंगदार लावण्या म्हणे. त्या लावण्या ऐकणे मला आवडे. कारण त्यात फाजीलपणा असे आणि मजा-मजा असे. अंधार पडून दिसेनासे होई, तेव्हा काका भानावर येई आणि मला म्हणे, "गाढवा, बारा विड्या

ओढल्यास की! तू पोर नाहीस, हैवान आहेस! चल घरी. तुझ्या आईला कळलं, तर ती तुला आणि मला – दोघांनाही जोड्यानं मारील!''

आमची मावशी ही माझी सख्खी मावशी नव्हती. आईची कसली तरी बहीण होती, एवढंच! तिचा नवरा मेल्यापासून ती आमच्याकडेच होती. नाकी-डोळी नीट असलेली ही बाई उंचीनं ठेंगणी आणि अंगानं भरलेली होती. पिकलेल्या पेरूसारखा तिचा चेहरा होता. ती फारशी घराबाहेर पडत नसे. रात्री झोपते वेळी मनाचे श्लोक आणि हरिपाठ म्हणण्याचा तिचा परिपाठ होता. घरातले दिवे विझले जात. मी आणि काका अंगणात चांदण्या बघत पडलेले असू, तेव्हा अंथरुणावर बसून मावशी हरिपाठ म्हणे. तिचा आवाज कोमल होता. मी कुशीत ढोसून काकाला सांगू लागलो की, ''काका, तारा तुटला बघा!''

तर, तो माझ्याकडे लक्ष देत नसे. म्हणे, ''चूप! गडबड करू नकोस. मावशी देवाचं म्हणतेय ना?''

मावशीच्या भोवती-भोवती घुटमळत राहणं काकाला आवडू लागलं. तिच्या वाटणीची कामं तो आवडीनं करू लागला. आई बाहेर गेली, म्हणजे ती दोघं कुचूकुचू बोलत. मावशी आडावर धुणं धुऊ लागली की, काका पाणी शेंदून देई. आडाचं पाणी अंमळ मचूळ लागे. पिण्यासाठी ओढ्याची एखादी दुसरी घागर आणावी लागे. ती आणण्यासाठी मावशी गेली की, काका पाठीमागून जाई आणि निम्म्यातून घागर स्वत: आणी. अंघोळीनंतर स्वत:चं धोतर स्वत: धुण्याचा काकाचा शिरस्ता होता. पण अलीकडे कधीमधी मावशी साबण लावून काकाचं धोतर धूत असे. जेवायला आम्ही दोघं बसलो, म्हणजे तुपाची थोडी जास्त धार काकाच्या भातावर वाढण्याकडे मावशीचा कल असे.

आणि मग खुशीत येऊन काका माझ्यापाशी म्हणे, ''तुझी मावशी खरोखरीच फाऽर चांगली बाई आहे!''

मी काहीएक न बोलता त्याचं म्हणणं ऐकत होतो. अजाण म्हणून माझ्यादेखत काही बारीकसारीक मजा ती दोघं करत, तेव्हाही मी आपल्याला काही विशेष वाटतं आहे, असं मुळीच दाखवत नसे. आईच्यादेखत ती दोघं अगदी सावधगिरीनं वागत. उलट, मावशी काकाविषयी कुरकुरच करी. ही बाई घरात आहे, हे काही आपल्याला पसंत नाही, अशा तऱ्हेनेच काकाही वागे आणि बिचारी आई हे सगळं खरं मानी! तिला चुकूनही कसला संशय आला नाही.

एकदा दुपारच्या वेळी आई कुणाकडे बसावयास गेली. तिच्या पाठोपाठ मीही बाहेर पडलो. मावशी ओटीवर आडवी झाली होती आणि काका वैरणीच्या खोलीपाशी बसून अंगरख्याला गुंड्या लावीत होता.

मी वाड्याबाहेर पडलो. गावाभोवती एक चक्कर मारून आलो. वाड्याचा मोठा

दरवाजा बंद होता. वैरणीच्या खोलीला असलेल्या जाळीतून आत बघण्यासाठी मी धडपडलो. जाळी उंच होती. माझे हात पोहोचेनात. भिंतीच्या सावलीला रेडकू डोळे मिटून बसलं होतं. त्याच्या कानाला धरून जाळीखाली आणलं. त्याच्यावर उभा राहिलो आणि जाळीला लोंबकाळलो.

माझ्या होऱ्याप्रमाणे काका आणि मावशी आत होती. हात अवघडेपर्यंत मी लोंबकळत राहिलो आणि मग खाली आपटलो. संध्याकाळी आईला एकटी गाठून हा सर्व प्रकार गंभीरपणानं सांगितला. पण लहान पोराच्या गंभीर बोलण्यावर मोठ्या माणसांचा विश्वास बसत नाही. आई चिडली आणि मला दोन धपाटे घालून म्हणाली, ''हलकटा, पोर की भूत आहेस! कुणी शिकवलं रे तुला हे घाणेरडं बोलणं? म्हणशील का असं पुन्हा? आँ! थांब – डाग देते तोंडाला चांगला तापल्या पळीनं!''

मी दु:खी मनानं तिचं बोलणं ऐकलं. मार निमूटपणे घेतला. गावाबाहेर पडलो. काका ओढ्याकाठाने म्हैस हिंडवीत होता. त्याच्यापाशी जाऊन म्हणालो, ''काका, मला विड्या दे. मला फार त्रास झाला.''

खडकावर बसून विडी ओढत काका बोलला, ''पोरा, माणसाचं आयुष्य ही एक मोठी गमतीदार गोष्ट आहे.

''...जीवन हे त्रासदायक आहे; पण आपण त्याचा विचार करू नये. मी कधीही करत नाही! मी मेल्यानंतर लोक जेव्हा तुला विचारतील की, 'तुझा काका कसा होता?' तेव्हा तू सांग की, तो एक थोर माणूस होता. चार माणसं जगतात त्यापेक्षाही वेगळं तो जगला. चार माणसं करतात, त्या चिंता आणि दु:खं त्यानं कधीच केली नाहीत –''

काका आणखी खूप बोलला. बोलताना त्याचे डोळे बारीक होत होते. आवाज कणखर येत होता. पण त्याचं बोलणं ऐकून घेण्याच्या मन:स्थितीत मी नव्हतो. समोर वाहणाऱ्या धारेत शेपट्या हलवीत तरंगणाऱ्या माशांकडे बघत मी विचार करीत होतो की, लहान मुलंही खरं बोलतात, हे आईला कसं पटवावं?

आईनं मला जामला खरा, पण तिनेही काही जाणले असावे. त्या दिवसापासून ती काळजी घेऊ लागली. मावशी आणि काका फारसे एकत्र येऊ नयेत, अशी वागू लागली. देवाधर्माला जाताना ती मावशीला बरोबर नेऊ लागली. काकाला स्वत: जेवायला वाढू लागली. कामासाठी वरचेवर बाहेर पिटाळू लागली. तिच्या ह्या खबरदारीमुळे मावशी-काकाच्या भेटी होईनाशा झाल्या. दोघंही नाराज दिसू लागली. मनी झुरू लागली.

मग एके दिवशी मावशी आईला म्हणाली, ''बाई गं, तुझ्या घरी किती दिवस राहू मी? मी आपली वेगळी राहते. विठोबाच्या देवळापाशी एक खोली मिळतीय

भाड्यानं. ती घेते आणि राहते.''

आईनं ओळखलं, पण ती बळेच म्हणाली, ''सुंदरे, तुला संकोच का वाटतो माझ्याकडे राहायला?''

''अगं, संकोच कशाचा? पण माझं हे जन्माचं आहे. तुझे उपकार किती घ्यायचे? तू अवघड वाटून घेऊ नकोस. मला परवानगी दे.''

''एकटी-दुकटी कशी राहशील?''

''आहे देवाची सोबत! आणि तू का कुठं दूर आहेस? येत जाईन, बसत जाईन.''

आईने संमती दिली. आपल्या घरात भ्रष्टाचार नको, म्हणून होकार दिला आणि सुंदरामावशी चंबूगबाळे आवरून देवळाजवळच्या खोलीत राहायला गेली. जाताना तिचे सामान नेण्याचे काम मी आणि काकाने केले. आई जाताना म्हणाली, ''सुंदरे, तुझे पैसे आहेत, हं माझ्या ध्यानात. ह्या सुगीला देईन. त्याची काळजी नको!''

''दे गं सावकाश. तुझ्याकडचे पैसे जातील काय कुठं?''

अशी बोलाचाली झाली आणि मावशी आमच्या घरातून गेली.

त्यानंतर मी काकाची मन:स्थिती बघत होतो. मावशी गेल्यामुळं तो फारसा नाराज झाला नाही.

मी एकदा म्हणालो, ''काका, मावशी गेली; आता तुला करमत नसेल?''

तेव्हा माझा कान पिरगाळून तो म्हणाला, ''साल्या, न करमायला रे काय झालं? मी ओळखतो, तुला काय वाटतंय ते....''

आणि मग तो एकाएकी गंभीर झाला.

बोलला, ''काय रे, तुझ्या आईला काही संशय आला का?''

''मला कसं कळणार ते?''

''अच्छा, तुला कळत नाही का! अरे, तू दिसतोस उंदरासारखा; पण तुला समज चांगली आहे. इतक्या लहान वयात तू असा, तर मोठेपणी काय होशील?''

मी म्हणालो, ''तुझ्यासारखाच होईन काका!''

त्यावर काका चेकाळला. त्यानं मला खाली वाकवलं. माझ्या पाठीवर हात टेकवून अल्लाद उडी मारली. बेडकासारखा तो पलीकडे गेला. पार नाहीसा झाला.

माझ्या समजुतीप्रमाणं काका चोरून-मारून मावशीकडे जात होता. एक-दोनदा पाळत ठेवून मी त्याला मावशीच्या घरात शिरताना बघितलंही. पण मी ही गोष्ट आईपाशी बोललो नाही, कारण तिला ती खरी वाटली नसती.

एके दिवशी गव्हले करण्यासाठी बोलवायला म्हणून आई मावशीकडे गेली. दार बंद होतं. तिनं ढकललं, तर आत काका आणि मावशी! ती पाय पसरून बसलेली आणि तिच्या मांडीवर डोकं ठेवून काका पसरलेला! हे चमत्कारिक दृश्य

बघताच आई दचकली. दार ओढून घेऊन त्याच पावली गर्रकन परत फिरली. घरी आली ती गोंधळल्या अवस्थेत, बडबडत....

"बाई, असलं कधी जन्मात मी बघितलं नव्हतं! मेलीचं वय आहे काय हे असले चाळे करण्याचं? पोरगं म्हटलं, तेच खरं. मी विश्वास ठेवला नाही. पण आज प्रचिती आली. राम, राम... हे काय वागणं झालं! ही काय तऱ्हा झाली?"

मी जळत्या उदबत्तीनं कागदावर नावं काढीत बसलो होतो. ही बडबड ऐकून म्हणालो, "काय गं आई? कुणाची तऱ्हा?"

तशी ती चुलीतली लाकडं बाहेर ओढून त्यावर पाण्याचा सपकारा मारीत म्हणाली, "कपाळ माझं!"

दुसऱ्या दिवशी मावशी आमच्या घरी तरातरा आली आणि आईला म्हणाली, "का गं, काल तू घरी आलीस तेव्हा तुला काही वाईट दिसलं का?"

आई म्हणाली, "तू विचारती आहेस, यातच सारं कळतंय की! त्याचा उच्चारच कशाला करायला पाहिजे?"

मावशी खजील झाली आणि निघून गेली.

काका खाली मान घालून घरी आला, तेव्हा आई रागानं म्हणाली, "विन्या, बरी फेड केलीस हो माझ्या उपकाराची! छान केलंस!"

त्यावर निगरगट्ट काकानं विचारलं, "काय झालं वहिनी?"

"मेल्या, विचारतोस आणखी? काल सुंदरीच्या घरात कशाला गेला होतास? शेण खायला?"

"तुमचा गैरसमज आहे वहिनी... पण तसं काही नाही."

"मग मांडीवर डोकं ठेवून कशाला पासलला होतास तिच्या?"

"आपलं सहज!"

"सहज काय? मी एवढा पोटच्या पोरासारखा संभाळला तुला – माझ्या मांडीवर डोकं ठेवावं, असं नाही रे वाटलं तुला?"

"खरंच वहिनी, तसं काही नाही!"

आई एकदम उसळली, "विन्या, पाप करतोस ते करतोस आणि ते लपवतोस का?"

तिनं मला ओढून काकापुढं केलं आणि म्हटलं, "याच्या डोक्यावर हात ठेवून सांग, मी पापी नाही म्हणून!"

काकाचा चेहरा गोरामोरा झाला. उठून उभा राहून तो म्हणाला, "पोराच्या डोक्यावर हात ठेवणार नाही मी वहिनी. तुम्ही म्हणत असाल, तर मी तुमच्या घरात राहत नाही. निघून जातो."

आणि तो तरातरा बाहेर पडला.

त्यानंतर काका फिरून घरी आला नाही. ओढ्याकाठी म्हैस हिंडवताना मला एकवार भेटला. म्हणाला, ''पोरा, मी आता इथून जाणार आहे. पण माझे शब्द लक्षात ठेव – आपलं घराणं हे चांगल्या माणसांचं घराणं आहे. हां, एखाद्या वेळी आपल्यापैकी कुणाला गाढवासारखं वागावंसं वाटतं, पण ते साहजिक आहे. पुष्कळ चांगली माणसं अशी वागतात! काय?''

मी मान हलवून होकार दिला.

अखेर खाऊसाठी चार आणे माझ्या हातावर ठेवून काकानं माझा निरोप घेतला. तो गाव सोडून निघून गेला. मावशीही त्याच्याबरोबर गेली.

त्यानंतर कित्येक दिवस त्यांचा काही ठावठिकाणा आम्हाला ठाऊक नव्हता. सुंदरी आणि काका कुण्या मुलखात जाऊन राहिली होती, परमेश्वर जाणे! हळूहळू आम्ही ती सर्व भानगड विसरलो. आईही विसरली. त्याची कधी आठवणही घरात निघेनाशी झाली.

आणि मग एके दिवशी सकाळी काका अचानक आला. आला, तो पहिल्या खेपेस आला तसा. केस वाढलेले, कपडे फाटलेले! येऊन ओसरीवर पाय झाडीत बसला. आई दिसताच पाया पडला.

इतके दिवस मधे गेल्यामुळे आईचा राग थोडा कमी झाला होता. ती म्हणाली, ''विन्या, पुन्हा आलास का माझ्या पोटात खडे घालायला! काय रे ही तुझी दशा?''

काका म्हणाला, ''वहिनी, प्रपंच वाढलाय. फार ओढाताण चालली आहे माझी. सुंदरी दिवसांत आहे तिसऱ्या खेपेनं.''

आई उसळून म्हणाली, ''हात मेल्यांनो! जा, चालता हो – तिकडंच काळं कर! अभद्र तोंड घेऊन पुन्हा येऊ नकोस माझ्या दाराशी. जा, ऊठ!''

काकानं धोतराच्या सोग्यानं, उन्हानं काळवंडलेलं तोंड पुसलं आणि खाली मान घालून हलक्या आवाजात म्हटलं, ''जातो वहिनी... पण सुंदरीचे उसने घेतलेले ते 'पाचशे रुपये' तेवढे द्या! त्यासाठी मुद्दाम आलोय मी!!''

■

कालगती

साठाला गाठत आलेले मास्तर भिंतीशी टेकून बसले होते. त्यांनी पायाची अढी घातली होती आणि दोन्ही हातांच्या बोटांनी खाली जमिनीवर ठेका धरला होता. मानही त्या ठेक्याबरोबर हलत होती.

पन्नाशीच्या जवळपास आलेली ताई त्यांच्या समोरच्या भिंतीशी बसली होती; हाताच्या मुटक्यावर गाल टेकून कुठं तरी बघत.

रॉकेल तेलाची चिमणी चुलीपाशी बसून धूर ओकीत होती. खोपटातलं दारिद्र्य उजेडात आणीत होती.

ओल चढलेल्या भिंती, ओबडधोबड बांधणीच्या आणि बुटक्या. त्यांच्या अंगात मारलेल्या खुंट्यांना कुठं टेकून तिचं चिंध्यांचं बोचकं, तोंडाला दोरी बांधून अडकवलेल्या हिरव्या-निळ्या रंगांच्या बाटल्या, ढोलकं, तुणतुणं, तर कुठं एखादा जुना कोट-अंगरखा लोंबकळत असलेला. एक खुंटी म्हणून रिकामी नाही; उलट जागजागी खिळेमोळे मारून त्यांना काहीबाही टांगलेलं आणि मग इतर काही पसारा कानाकोपरे व्यापून राहिलेला. चुलीच्या आसपास चार-दोन भांडीकुंडी, फुटकी-तुटकी, हलकी.

पलीकडे एका कोपऱ्यात एक मोठं खोकं. कधी लहर लागली म्हणजे, त्या जीर्ण खोपटात एखाद्या तटकरावर पालथी मांडी ठोकून मास्तर लिहायला बसत. उघडेवाघडे, शेंडी गोंजारत आणि दाढी खाजवत. तासन्‌तास त्यांची लेखणी चाले

आणि एखादी फैनाबाज लावणी, छक्कड किंवा खटकेबाज झगडा जन्माला येई. कानावर लेखणी ठेवून, झोकात बसून ते लिहिलेलं पुन्हा स्वत:शीच वाचीत, मान डोलावीत गुणगुणत. त्यांचा सुरकुतलेला चेहरा क्षणभर टवटवीत होई. चुलीशी लाकडं फुंकत, धूरभरल्या डोळ्यांची उघडझाप करीत असलेल्या ताईला उत्तेजित स्वरात ते म्हणत, "अगं ताई, बघ कशी सुरेख लावणी झाली! ऐकणारे नागासारखे डोलले पाहिजेत. म्हणणाऱ्याचा गळा मात्र असा पाहिजे... यँव रे यँव!"

पण मास्तरांच्या ह्या बडबडीपेक्षा तिचं ध्यान चुलीत अधिक. ती आपली काही न बोलता तोंडाचा चंबू करून लाकडं फुंकत राही.

असं जन्माला आलेलं सगळं शब्दभांडार गावोगाव महारापोरांच्या तोंडात होतं. महाराष्ट्रभर तमाशाच्या कनातीतून, फडाफडातून गायिलं जात होतं.

– ताईनं गालाचा हात काढला. डोक्यावरचा जुनेऱ्याचा पदर सारखा करीत आणि तेलाअभावी कोरडे झालेले केस सावरीत ती बोलली, "भाकरी घ्या खाऊन! भुका न्हाई का लागल्या?" आणि तिनं एक जांभई दिली; मुंग्या आलेल्या पायाची घडी मोडली.

मास्तरांनी ठेका थांबवला. मिटलेले डोळे उघडून विचारलं, "मला काही म्हणालीस ताई?"

"व्हय. म्हनलं – रात झाली, भाकरी घ्या खाऊन –"

दोन्ही हात जमिनीवर टेकून आणि 'अगं बयाऽ' करून ती उठली. काश्याच्या थाळीत एक-दीड भाकरी-चटणी घालून तिनं मास्तरांपुढं सरकवली. पाण्याचा लोटा भरून दिला.

मास्तरांनी हात धुतले. चूळ भरली.

"तू गं? खा की माझ्याबरोबर....!"

"मी बी कशास बसतीया – खातीच की!"

लोट्यातलं थोडंसं पाणी घालून तांबड्या मिरच्यांचा तो भुकटा मास्तरांनी ओलावला आणि ते खाऊ लागले, खाली मान घालून.

ताईनं हातावरच भाकरी घेतली.

कुणीच बोललं नाही. मनं कुठं तरी भरकटत होती. हात केवळ सरावानं आपलं काम करीत होते....

"या बया, ध्यानातच न्हाई –" भाकरी खाली ठेवून गडबडीनं ताई उठली. "गुळाचा खडा असंल वाइसा. काय तरी गोड असावं आज...."

एका गाडग्यातून तिनं गुळाचा खडा काढला. फोडला. मोठा भाग मास्तरांच्या पितळीत टाकला. लहान आपल्या भाकरीवर ठेवला.

ह्या तिच्या कृतीवर मास्तर केवळ हसले. बुटक्या दारातून बाहेरच्या अंधाराकडे

बघत राहिले. त्यांचा हात थांबला होता.

पण ताईच्या ध्यानात ते आलं नाही....

वरच्या वाश्यात पाल चुकचुकली. उंदीर धडपडले; कचकचले. जेवणं संपली.

अंगातला खाकी कोट छातीशी आवळून मास्तर पुन्हा पहिल्या ठिकाणी बसले. कार्तिकातली थंडी. त्यात पाणी पोटात गेलेलं....

ताई उंबऱ्यावर बसून पितळी, लोटा विसळू लागली. आजूबाजूच्या महारांच्या खोपटांतून दिवे उजळले होते. पोरं ओरडत होती. दूर कुठं तालेवारांच्या घरापुढं दारू उडत होती. आकाशदिवे झुलत होते. झुलोत बापडे...!

उजळलेली भांडी घेऊन ताई आत आली, तेव्हा चिमणीची फडफडती ज्योत मंदावली होती; बारीक झाली होती. खोपटातल्या अवकळेचं तोंड काळं पडत चाललं होतं.

भांडी नीट ठेवून झाली, तरी हे ताईच्या ध्यानात आलं नाही. पदरानं तोंड झाकून तीही बसली. ऊब यावी म्हणून अंगाचा संकोच करून बसली.

ज्योत अगदीच आकसली.

'हिला काय झालं रांडंला?' स्वत:शीच पुटपुटत ताई बसल्या-बसल्याच पुढं सरकली आणि तिनं चिमणी हलवून पाहिली.

''उडालं का त्याल? उडालं जनू...!''

तेल नव्हतं, हे माहिती असूनही तिनं बाटली काढली. पाहिली.

''काय करावं ह्या काराला?... आता कुठं बघावं तरी?''

आणि सांदीकोनाडे चाचपू लागली... उगाचच.

मास्तरांच्या ते ध्यानात आलं.

''काय गं?'' हनुवटी वर करून त्यांनी विचारलं.

''त्याल उडालं चिमनीतलं. काय करावं ह्या काराला... कुठं जावं तरी मागायला?''

हे ऐकता-ऐकताच मास्तरांना वाटलं, आपण खिशात हात घातला आणि चार-सहा आणे काढून ताईच्या हातावर ठेवले. नुसतं वाटलंच. प्रत्यक्षात शक्य नसलेली गोष्ट ते आपले चट्कन करून मोकळे झाले! हात झाडून कोट सावरून बसले.

ताई बोलत होती. कावून-कातावून काहीबाही बडबडत होती. म्हणत होती, ''कशाला पायजे दिवा तरी... कशाला? आता का करायचं हाय उजेडानं? पडू द्या अंधारात पटकुरं घेऊन. जाऊ दे गेली तर....''

मास्तर उगाच चुळबुळले. अंगाखालचं तटकर सारखं करीत तोंडातल्या तोंडात पुटपुटले.

''व्हय वं? पडू या. का करायची चिमणी? आँ?''

ताईनं पुन्हा विचारलं तसं म्हणाले, "ताई, आज नांदत्या घरात अंधार नसावा; दिवा पाहिजे."

"पायजे व्हय, पन का करावं? कुठं जावं?"

मास्तरांनी दाढी खाजवली. शेंडीवरून हात फिरवला. ते विचार करीत असावेत.

"डोळ्यांत उगाळून घालीन म्हटलं, तर पैसा न्हाई जवळ आता. उधार-पाधार तरी कोन देतंया!" ताई बोलत होती. काही तरी शोधीत होती.

उधार कोण देणार? जवळ पैसा कुठला? आजपर्यंत चाललं होतं कसंबसं ताईच्या कमाईवर, तिच्या कुणग्यावर. पण ते किती दिवस पुरणार मास्तरांसारख्या तमासगिराला? सगळं संपलं. अंगावरचं किडुकमिडुक, भांडीकुंडी – सगळं. आता काही राहिलं नव्हतं अगदी... धंदा नाही, उद्योग नाही. नवी कमाई नाही. आता सद्दी संपली होती. आता महारपोरं 'मास्तर, चाल सांगा... मास्तर वग रचून द्या –' म्हणून येत नव्हती, जात नव्हती. कुणी विचारपूस करीत नव्हतं – कुत्रंसुद्धा!

पुन्हा एकवार मास्तर चमत्कारिकपणे हसले. म्हणाले, "ताई, आज नांदत्या घरात अंधार नको. दिवा पाहिजे. तेल आण वाण्याकडून. ऊठ!"

"कसं आणू? त्याला देऊ काय?"

"हे बघ, त्या खोक्यातले वरचे वरचे बघून कागद घे – चांगले बक्कळ घे, वाण्याला म्हणावं, ही रद्दी घे आणि चिमणीभर तेल दे."

"आँ? कामाचं हैत न्हवं ते... लिवल्यालं हैत न्हवं?"

"नाहीत. जा. चांगले इतके घे!" मास्तरांनी दोन्ही हातांनी जाडी दाखवली. "चार दिवस पुरण्याइतकं तेल आण. जा, ऊठ. आणि हे बघ, विड्याही आण चार-दोन आल्या तर....!"

ताई उठली. मास्तरांनी आजूबाजूला हात फिरवला. विडीचं एक थोटूक सापडलं. विझत आलेल्या चिमणीवर त्यांनी ते पेटवलं. अंधार झाला. चिमणी घेऊन ताई बाहेर पडली.

अंधारात विडीचं लाल टोक चमकू लागलं; तटतटू लागलं. काळा-करडा धूर गिळल्यावर मास्तरांच्या डोक्यात झिणझिण्या आल्या.

हाताला चटके बसेपर्यंत ओढून त्यांनी ते थोटूक विझवलं आणि मग ते डोळे मिटून स्वस्थ पडले... अंधारात... एकटे... पुण्याच्या महारवाड्यातलं जीर्ण खोपटं सोडून ते निघून गेले. किती तरी अंतर चालून गेले... किती तरी वर्षे मागं टाकून गेले. त्यांच्या खेड्यात, रेठऱ्याला गेले....

...त्यांनी दप्तर घाईघाईनं गुंडाळून ठेवलं आणि पायांत जोडा सरकावून चावडीचं जोतं उतरलं. कुणीसं म्हटलं –

"राम, राम तलाठीसाब!"

तेव्हा उपरणं सावरलं. आपल्या भल्यामोठ्या वाड्याचा दरवाजा ओलांडून ते आपल्या अंगणात गेले, तेव्हा जोत्याला बांधलेलं उमदं घोडं फुरफुरलं आणि टापेनं माती उकरू लागलं. सोप्यात अडकविलेल्या पिंजऱ्यातला पोपट दांडीवर उड्या मारीत शीळ घालू लागला.

"रावसाहेब आले! रावसाहेब आले! बाई...."

त्याच्या बोलण्यानं सावध झालेली सावित्री उगीचच आतून बाहेर आली आणि बाहेरून आत गेली. तिचा तो डाव ध्यानात येऊन मास्तर खुशीत आपणाशीच हसले.

पहाट फुटली. गारठ्यानं काकडलेले मास्तर पाटावर बसले. त्यांच्यापुढं तबक होतं. त्यात अक्षता होत्या. पेटतं निरांजन होतं. सुपारी होती. मास्तरांच्या उघड्या पाठीला त्यांची आई तेल चोळीत होती. त्याचा सुगंध....

सावित्री इकडून तिकडे फिरत होती आणि जोडवी खणखणत होती.

दिवाळीसाठी आलेली मास्तरांची बहीण रहाटावर पाणी ओढता-ओढता दमली होती....

मग अंघोळीची गर्दी उडाली. ऊन पाण्यानं मास्तरांची तेल चोपडलेली पाठ पोळली. पाण्याखाली ते गुदमरून गेले. म्हणू लागले –

"अगं... अगं – अंग भाजलं माझं!"

मग खांद्यावर धोतराचा सोगा टाकून ते सोप्यात उभे राहिले. फिकट होत जाणाऱ्या चांदण्यांकडे, बाहेरच्या अंगणात दारू उडविणाऱ्या पोरांकडे बघत.

सोप्याच्या टोकाशी असलेल्या देवघरातली समई विझली, म्हणून स्वयंपाकघराकडच्या दारातून सावित्री आली. तिनं उजव्या हातात पणती घेतली होती आणि डावा हात ती विझू नये म्हणून आडवा लावला होता. त्यामुळं तिची नाजूक बोटे तांबडीलाल दिसत होती. गोऱ्यापान चेहऱ्यावर, गळ्यातल्या एकसरावर, छातीवर पिवळसर तांबूस उजेड पडला होता. पणती संभाळून ती एक-एक पाऊल काळजीपूर्वक टाकीत होती.

मुलं अंगणात होती. आई, ताई, बाबा, सारे मागील दारी होते. पुढं कुणीच नव्हतं.

मांजराच्या पावलांनी मास्तर गेले. एकदम फुंकर घालून त्यांनी पणती विझवली. सावित्रीला छातीशी धरली.

ह्या अनपेक्षित प्रकारामुळं ती घाबरली. किंचाळली. तिच्या हातातली पणती खाली पडली.

"अगं मी आहे – ओरडायला काय झालं?" असं हळू आवाजात सांगून मास्तर पळाले. पार पुढं जाऊन संभावितासारखे उभे राहिले. घरात केवढी धावपळ झाली!

मागीलदारी असलेली सगळी माणसं धावत आली. घाबरून गेली. विचारू लागली, "सावित्री, काय झालं? काय गं?"

तिनं खाली पाहत उत्तर दिलं, "काही नाही. वाऱ्यानं पणती विझली. उंबऱ्याला ठेच लागली. समई विझली देवघरातली, म्हणून लावायला आले होते. काही नाही दुसरं."

आणि मग सकाळी फराळ संपवून उठताना मास्तरांनी आपल्या पानात अनारश्याचा एक तुकडा मुद्दाम टाकला!

...महारवाड्यात. 'तक्या'पुढं काही हौशी मंडळी जमली होती. लावण्या म्हणत होती. त्यांचा तो क्रम नित्याचा होता. अंगणात उभं राहिल्या-राहिल्या मास्तरांच्या कानावर त्यांचा हा आरडा, गोंधळ नेहमी येत असे. ते तरातरा थेट तक्याकडे गेले. त्यांच्यापुढं जाऊन उभे राहिले.

"बोधल्या, नामजाऽऽ अरे, काय म्हणताय, आँ?"

महारं दबकली. गोंधळ बंद झाला.

"ज्वार, मायबाप! उभं का जी, बसा."

"रोज ऐकतोय तुमचा गोंधळ. थोडं नीट म्हणत चला. का उगीच आरडाओरड करून सगळं गाव डोक्यावर घेताय?"

"काय येडंआकडं येतं, ते म्हनतो झालं. आमा आडाण्यांना काय येतंय जी!"

"अरे, पण म्हणायचं ते नीट पद्धतशीर म्हणावं –"

"काय तरी करमनुकीखातर म्हनायचं. आमाला का कुनी सांगतंय – असं न्हवं, असं म्हना म्हनून!"

"का तुमावानी कुनी जानतं येऊन शिकवंतय? लावन्या-छकडी बांदून देतंय?"

"येडा का रं नामज्या तू? त्येनी तलाठ्याचं काम बगावं, का तुमाला लावन्या बांदून द्याव्यात? "

"तसं न्हवं बोधा, काय वाईट हाय त्यात? ह्येंचा गळा झ्याक हाय. गानं येतंया. शिकवावं आम्हाला. व्हावं गुरू!"

"म्हणजे तमासगीर होऊ म्हण की मी?"

"हो-हो! तुमच्यावानी गुरू मिळाल्यावर आख्या दुनयेत नाव करू रेठऱ्याचं. नुसता जंग देऊ उटवून!"

"छ्या, छ्या! ह्ये काय तरी तुजं सांगनं. अरं, ते बामन मोठ्या घरातलं; त्येनी हे हलकट काम –"

"हलकट नव्हे नामज्या! ठीक आहे. मी देतो तुम्हाला लावण्या बांधून. चाली सांगतो. फक्कड उठला पाहिजे फड –"

मुंबईचं 'प्ले-हाउस' चिकार भरलं होतं. गवगव चालली होती. जरीचा फेटा. मलमली अंगरखा. पायात सुरवार. पडद्याआडून डफ हातात घेऊन मास्तर बाहेर

आले. त्यांच्यामागून हंसीसारखी डौलदार पावलं टाकीत पवळी आली.

शिट्या-टाळ्यांचा एकच गजर झाला. सोंगाड्यानं सटकेबाज शीळ मारून तो बंद करण्याबद्दल इशारा करताच बंद झाला.

मास्तरांनी पुढं आलेला रुमाल पाठीवर टाकला आणि सोंगाड्याला हाक मारली :

"बाबूराव."

तो धांदलीनं पुढं आला आणि कानाला हात लावून म्हणाला, "हुकूम सरकार."

"आपल्या नगरीमध्ये एक नवीन पाखरू आलं आहे."

बाबूरावानं डोळे मोठे करून फटकन विचारलं, "खरं म्हनता? गिधाड हाय का दिवाभीत?"

त्यासरशी थिएटर हशानं फसफसलं.

"तसं नव्हे मूर्खा, पाखरू म्हणजे एक शानदार स्त्री आली आहे."

"आली असंल! अशा रोज लाख येत्यात-जात्यात. त्यांची शिरगनती तुमाला का?"

पुन्हा हशा झाला. तो ओसरल्यावर सोंगाड्याच्या खांद्यावर हात ठेवून मास्तर म्हणाले, "बाबूराव, तिला जाऊन सांग की, आम्ही तुमच्यावर खूश आहोत. मुखचंद्रापासून पदकमलापर्यंत तुमचं स्वरूप आमच्या हृदयामध्ये अगदी ठसलं आहे."

बाबूराव गेले आणि पवळीपाशी उभे राहून बोलले, "अवोऽ"

तिनं ठसक्यात मान वेळावून विचारलं, "का वो?"

"नाही, म्हंजे – असं हाय –"

"हां-हां, कसं हाय?"

"तुम्हाला बगून आमचं माणूस पार पागळल्यात."

"खरं?"

"मंग, खोटं सांगाय हे का कोर्ट हाय?"

"अरे नव्हं मेल्या, मला ठावं हाय, हे तमाशाचं थेटर हाय."

"म्हमईचं 'पिलाहौस' हाय!"

"हां-हां, पिलहौस हाय. काय म्हनत्यात तुजं मालक?"

"दुसरं काय – तुमचं झालं नसलं, तर त्येंच्याशी लगीन करा. असलं, तर पयला दाल्ला सोडून गाट मारा!"

"पण त्येंना मी कोन हाय, हे ठावं हाय का?"

"कोन हाय?"

ढोलक्यावर थाप पडली. तुणतुणं वाजू लागलं. सोंगाड्या शीळ मारून ओरडला, "ऐकाऽऽ"

पवळी गाऊ लागली –

“अवो, जातीची मी महारीण हलकी,
कशी सांगाल माझी मालकी,
वाळीत टाकंल भाऊबंदकी
नव्हं नाद चांगला,
बगा विचार आपला....”

यावर मास्तर पुढे सरसावून बोलले –

“अगं असंनास महारीण,
मी तुला ब्राह्मण करीन!
सदाशिव पेठेमधी, मांडव घालू थाटामधी
तिथं करू लगीन आता तुझं आमुचं.
नाव तुझं पवळी, आम्ही करूं सवळी
लोकांच्या डोळ्यामधी सारं खुपतं....”

प्रेक्षकांतून पुन्हा एकवार सणाणून शिळा उठल्या, आरोळ्या उठल्या –

“शाब्बास रं बहाद्दरा, हाण उचलून!”

“भली घेतली, याला म्हणावं फंची!”

“अगं, हो बया, आता कबूल! कुनी का असंनास तू, तुझं सोनं करील त्यो!”

आपण थिएटरात बसलो आहोत, हा तमाशा चालला आहे – हे बघणारे विसरले. शेजारी विडी पेटवणाऱ्याला धक्का देऊन मुंडासेवाला बोलला –

“कसा हाय बहाद्दर! बामन हाय, पण कसा हाय धडाका?”

रात्रभर नाचून-नाचून दमलेली पवळी अंगाला आळोखे-पिळोखे देत होती. तिच्याकडे पाहून मास्तर म्हणाले, “पवळे, रामोशीबाबांना जशी बया मिळाली, तशी तू मला....”

यावर ती एक डोळा बारीक करून म्हणाली, “जोशीबाबांना बयाचा इटाळ होत होता का? काय म्हनावं तुमाला? असं आता किती दीस चालायचं?”

आणि मास्तरांनी तिच्या गोंडस हनुवटीला हात लावला... पहिला स्पर्श....

मास्तरांच्या मिटल्या डोळ्यांपुढं नाना तुटक दृश्यं येत होती, जात होती. किती जुन्या आठवणी, किती पूर्वीच्या... ह्या सगळ्यांवरून मास्तरांचं मन धावत होतं. गिरगिरत होतं.

ते पलंगावर बसले होते. समोर खाली मान घालून पवळी उभी होती.

मास्तर आवेगानं बोलत होते, "अखेर तू बेइमानी दाखवलीस! माझं काळीज कापलंस! तुझ्यासाठी मी काय सोडायचं ठेवलं आहे? घर सोडलं, नात्यागोत्याची माणसं सोडली, जात सोडली; लग्नाची बायको सोडली. आकाश कोसळलं, तरी डगमगलो नाही. तुझ्याबरोबर फडात उभा राहतो, म्हणून फडातली मराठीमंडळी फड सोडून गेली....

"मी महार जमवले आणि फड चालू ठेवला. त्यांनीही तुझ्यापायी मला सोडलं. कुठं ढोलक्या मिळेना, सुरत्या मिळेना. एक माणूस फडात येईना. तरी मी लटपटलो नाही. मुंबईच्या थिएटरात चार-सहा जोगतिणी, कलावंतिणी बरोबर घेऊन आठ दिवस तमाशा केला. गल्ल्यात एक पैशाची तूट पडू दिली नाही. सगळे नाक घाशीत परत फडात आले! ही बहादुरी तुझ्या जोरावर, तुझ्या जिवावर. पैशाच्या राशीवर तुला बसवली. सोन्याच्या ढिगात झाकली....

"आणि तू बेइमान झालीस? मला सोडून तुला एक फडतूस... जाऊ दे. मी तुझ्यावर जोरा करीत नाही. ते बरोबर नाही. खुशीनं राहिलीस तोपर्यंत माझी होतीस. आता तुझी मर्जी उडाली. ठीक आहे. तू जा. माझ्यापासून जा. कुठंही, कुणीकडेही जा. तुझी वाट तुला मोकळी आहे...."

... आणि ती गेली. एवढी वर्षं लळा लावून अशी अचानक गेली. सारा पट उधळला गेला. फड मोडला. सवंगडी निघून गेले. काळ गेला आणि मास्तरांना नुसतं पाहण्यासाठी, त्यांचं गाणं ऐकण्यासाठी जीव टाकणारे प्रेक्षकही त्यांना विसरले... भरल्या संसारातून उठलेले मास्तर अख्ख्या जीवनातून उठले! पार नाहीसे झाले!....

तेल आणायला गेलेली ताई परत आली. दारात आल्यावर कुणाला की म्हणाली, "थांबा, मी दिवा लावून आनते."

तिच्याबरोबर दुसरं कुणी तरी असावं. मास्तरांना वाटलं, 'आपल्याला कुणी तरी म्हणतंय –'

"तुमाकडं आल्यात, उठून बसा. मी आले दिवा लावून."

भावनावश झालेले मास्तर उठून बसले. दाराबाहेर, काळोखात उभ्या असलेल्या त्या माणसाकडे बघू लागले. अशा वेळी कोण आलं?

ताई दिवा लावून घेऊन आली. त्या माणसाला म्हणाली, "या आत!"

"वाकून या. वर लागेल डोक्याला –" मास्तरांनी सूचना दिली.

त्यावर तो गृहस्थ हसला. दोन्ही हात जोडून त्यानं मास्तरांना नमस्कार केला.

तो स्वीकारून अगत्यानं मास्तर म्हणाले, ''या-या, बसा. असे वर बसा!''

मध्यम वयाचा होता तो. पोशाखावरून ब्राह्मण दिसत होता. त्याच्या काखोटीला कागदांचं कसलंसं बाड होतं. मास्तरांच्या पुढं तो अदबीनं बसला. आपण होऊन बोलू लागला, ''मी नाना साठे. इथं म्युनिसिपालिटीत नोकर आहे. आपला प्रत्यक्ष परिचय नाही; पण मी एक नादी आहे तमाशाचा, लावण्यांचा. आपल्याला फडात पाहिलं आहे अनेकवार. प्रत्यक्ष बोलाचालीचा योग नाही आला कधी. आज भाग्य उजळलं. आनंद झाला आपल्या भेटीनं –''

ताई मधेच म्हणाली, ''दुकानात बसलं होतं त्या वाण्याच्या. कागद बघटलं आन् इच्यारलं, 'बाई, तुमी कोन? हे कागद आनले कुटनं?' मग मी तुमचं नाव घेतलं. वाण्याशी काय बोलचाली झाली. तेल दिलं. ते कागद घेतलं. मला म्हनालं, 'चला मी येतो तुमासंग.'.... ''

''होय.'' साठे म्हणाले, ''रद्दी म्हणून लावण्यांची हस्तलिखितं आली, त्यात नाव आपलं गुंफलेलं. सहज नजर गेली म्हणून चौकशी केली, तर तुम्ही स्वत:च ह्यांना कागद देऊन पाठवल्याचं कळलं. वाईट वाटलं. आतडं पिळवटून आलं. अख्ख्या शहरपुण्यात दिवाळी चालली आहे; घराघरांत दिवाळी चालली आहे आणि आपण....''

''हं...'' सुस्कारा सोडून मास्तर म्हणाले, ''कालगती गहन आहे! चालायचंच. कधी असं, कधी तसं. आलात; बरं झालं! साठे म्हणजे ब्राह्मण आपण? होय; माझ्याकडे आलात, ह्या महाराच्या खोपटात! तुमचं स्वागत करायला शब्दांवाचून माझ्यापाशी दुसरं काही नाही. हे खोपटंसुद्धा माझं नाही, हिचं आहे – ह्या ताईचं. महारीण आहे ती जातीनं. जोगतीण. अडाणी आहे, पण चांगली आहे. स्पष्टच सांगतो; तमासगिराला कशाला आडपडदा? ही मागं जवानीत होती, तेव्हा तमाशाला यायची माझ्या. फिदा झाली बघून. खूश झाली. जीव ओवाळून टाकू लागली माझ्यावरून. तेव्हा तिचंही चांगलं होतं. पैसा होता जवळ. आता उधळला तिनं आणि मी, दोघांनीही. मी घरदार सोडलं. महारापोरांत मिसळलो. तमाशाच्या फडात उभा राहू लागलो. गावोगाव फिरलो. चाळीस वर्षं मुशाफिरी केली. हजारांनी पैसा मिळवला, उधळलाही. अभक्ष्यभक्षण, अपेयपान, नाना तऱ्हा. एखाद्या राजासारखा राहिलो! आणि अलीकडे सद्दी संपली! आपल्या गावी गेलो, तर कुणी विचारीना. कोणी जवळ करीना. रोज एकादश्या होऊ लागल्या. अती हाल झाले. मग ह्या ताईनं हात दिला. तरुणपणाची ओळख ठेवून म्हातारपणी घरी घेऊन आली इथं. तिचंही गेलंय आता सगळं. भिकारीण झालीय ती. ठीक आहे. आता कुणी तमासगीर 'मास्तर, मास्तर' म्हणून येत नाही. बसत नाही. बसतो एकटाच आपला इथं....''

साठे ऐकत होते. ताई ऐकत होती.

मास्तरांना आपण जास्त बोललो असं वाटलं की काय, कोण जाणे. ते म्हणाले, "उगीच ऐकवतो आहे, हे भारूड आपणाला... द्या सोडून." आणि गप्प झाले.

साठे विरघळले होते. हलक्या आवाजात बोलले, "चमत्कारिक आहे झालं सगळं. आपल्या योग्यता थोर. केवढं सामर्थ्य आपलं आणि काय हे!"

मास्तरांनी घसा साफ केला. उजव्या हाताची चिमट पुढं करून ते म्हणू लागले –

"श्रेष्ठवर्ण मी ब्राह्मण असुनी,
सोवळे ठेविले घालुन घडी
हाती धरली मशाल तमाशाची
लाज लावली देशोधडी ऽ ऽ
चैन भोगली घडोघडी,
पण संसार झाला पडापडी
लग्न लावले, कुटुंब केले,
कळत असुनी टाकली उडी....!"

"जाऊ द्या! विसरा ते. असंच आहे हे. आमच्यासारख्यांना हे असेच दिवस शेवटी....!"

मास्तर भिंतीशी अधिक घसरून बसले. ताईनं जांभई दिली.

नानांनी इकडे-तिकडे पाहिलं. रद्दी म्हणून वाण्याघरी चाललेलं ते बाड मास्तरांच्या पुढं करीत ते म्हणाले, "घ्या, हे ठेवा. मी इथंच राहतो, चार गल्ल्या सोडून. कुणालाही विचारा, नाना साठे म्हणून; घर सापडेल. काही अडचण असली, तर कळवीत जा. संकोच नको. आपला बंधू समजा मला."

मास्तर द्रवले. पार पाणी-पाणी झाले.

म्हणाले, "उपकार आहेत. तुमच्यासारखी माणसं आढळली म्हणजे वाटतं... विडी आहे का तुमच्यापाशी? द्या एक, असली तर –"

नानांनी कोटाच्या खिशातून पुडा काढून समोर ठेवला. त्यातली एक पेटवून मास्तर ओढू लागले.

ती अर्धीअधिक ओढून होईपर्यंत तिघंही गप्पच होते.

शेवटी मास्तरांनी विडी विझवली आणि ते म्हणाले, "आता आवाज चालत नाही. पण आपण रसिक... घरी चालून आलात. तसे जाऊ नका. थोडी सेवा घ्या...!" उठले आणि खुंटीचं ढोलकं काढलं. तुणतुणं काढलं. आपण ढोलक्यावर बसले. ताईला म्हणाले, "ताई, नुसता सूर धर –" आणि ढोलक्यावर चाळीस वर्षांची ती सराईत बोटं वळवळू लागली. घसा साफ करून मास्तर म्हणू लागले...

"अगं रूपसुंदरी राजस बाळी,
नको पुढं जाऊ भराभरा
उभी राहून गं बोल जरा...."

तुणतुण्याची तुई तुई, ढोलक्याचा कडकडाट आणि मास्तरांचा आवाज... त्या ओळखीच्या ओळी. साठे भिंतीशी रेलले आणि त्यांनी डोळे मिटले –

...गर्दीतून धक्के खात आणि देत ते कसेबसे कनातीपर्यंत पोचले. तिकीट विकणाऱ्यांभोवतीही गर्दीचा तोबा उडाला होता. त्यातूनही घुसून साठे पुढं गेले आणि खिशात हात कोंबत म्हणाले, "एक तिकीट द्या बघू."

मिशा काढलेला आणि कपाळावर गंधाची टिकली लावलेला तो पोरगेलासा तिकिटमास्तर कुऱ्यात बोलला, "तिकिटं उडाली समदी. दीड रुपयाचं शिल्लक हाय."

"मग ते द्या." पैसे काढून त्याच्या हातावर ठेवीत साठे म्हणाले.

बाजूचा एक फेटेवाला त्यांच्याकडे पाहू लागला. त्याला बोलले, "अहो, नाद म्हटल्यावर करायचा. दहा रुपये तिकिटाखातर गेले तरी बेहत्तर!"

आणि गडबडीनं कनातीत गेले. अपरंपार माणूस भरलं होतं. कुठं पाय ठेवायलासुद्धा जागा नव्हती. छातीवर हाताची घडी घालून साठे कनातीत उभेच राहिले आणि समोर बोर्डावर बघू लागले.

पहिला गण संपला होता. माणसांची डोकी सारखी वरखाली होत होती. जो-तो चवड्यावर बसून पुढच्या डोक्यावरून पुढं पाहत होता. साठेसुद्धा अधीर झाले होते. बोर्डावरून दृष्टी हलवीत नव्हते.

अखेर मास्तर बाहेर आले. त्यांच्या मागोमाग पवळी आली. दोघांनीही प्रेक्षकांना मुजरे केले.

शिट्ट्या-टाळ्यांचा कल्लोळ झाला. हवेत फेटे उडाले!

भरजरीचा फेटा बांधलेले मास्तर, सोन्याची सलकडी घातलेल्या हाताची थाप डफावर टाकून गौळण म्हणू लागले.

गोरीपान देखणी पवळी टोपपदरी लुगड्याचा पदर सावरून, चाळ घातलेले पाय ठणकावू लागली. तुणतुणं चढलं. ढोलकं कडकडू लागलं. सुरप्यांचे आवाज पार गगनाला भिडले. प्रेक्षक देहभान विसरले. रसगंगेत डुंबू लागले.

गौळण संपली. झगडा सुरू झाला.

नखऱ्यात उभ्या राहिलेल्या पवळीकडे हात करून मास्तर गाऊ लागले –

"अगं रूपसुंदरी राजस बाळी
नको पुढं जाऊ भराभरा

उभी राहून गं बोल जरा,
काया कवळी नाजुक पिवळी,
लिंबु रसरशीत आलं भरा
ठाकठिक रेखली,
कुठं नाही चुकली
धन्य देव तुला घडवणारा....
हैऽ जीऽऽ जीऽऽ रंऽ जीऽऽ
हैऽ जीऽऽ....''

मग प्रेक्षक पुन्हा एकवार उसळले. चवल्या-पावल्यांची बेसुमार उधळमाधळ झाली. सारं बोर्ड नाण्यांनी भरलं. ती वेचता-वेचता पवळी थकून गेली. कुणी डोक्यावरचे भरजरीचे फेटे फेकले. कुणी बोटातल्या अंगठ्या दिल्या. कुणी इर्षेनं कमरेचे शे-पाचश्यांचे कसे तसेच बोर्डावर फेकले! लोक वेडावले होते. गाणं पिऊन झिंगले होते!....

– भानावर येऊन साठ्यांनी डोळे उघडले, तेव्हा मास्तरांची लावणी संपली होती. म्हातारा थंड बसला होता. तृप्त झाला होता.

डोळे मिटून आणि मान डोलावून आवेगानं साठे म्हणाले, ''वाहवा, वाहवा....!''

मास्तरांनी पुन्हा एक विडी पेटवली.

साठ्यांनी खिशातून पाचाची एक नोट काढली. ती त्या लावण्यांच्या बोर्डावर ठेवली आणि ते बाड उचलून पुढं करीत बोलले, ''हे ठेवा. याचा स्वीकार करा. मी काय द्यावं आपणाला... पण असू द्या. माझ्या मनाच्या समाधानासाठी. तुम्हाला कष्ट दिले. रात्र झाली. झोपा आता – आणि हे पाहा, अडी-अडचणीला कळवत चला... मला आपला माना....''

मास्तरांनी लावण्यांचे बाड परत केलं –

''हे नका परत करू, न्या तुम्हाकडे. माझी आठवण म्हणून संभाळा हे धन. माझ्यापाशी नाही राहणार. जाईल वाण्याघरी तेलामिठापायी....

''आणि हे बघा, एक मागणं आहे आपणापाशी. क्षुद्र आहे. आपण हसाल... मला ब्राह्मणी पद्धतीनं केलेलं जेवण जेवायचं आहे... कित्येक वर्षं झाली...! तुमच्या कुटुंबाला सांगा की, एका महाराला गोडधोड खाण्याची इच्छा झाली आहे म्हणून... सांगाल? कराल एवढं?''

नाना म्हणाले, ''होय करीन.'' आणि धोतरानं डोळे पुशीत बाहेर पडले.

■

काकीच्या पाटल्या

पहिला कोंबडा आरवला तशा काकी जाग्या झाल्या. उशालगतचा तांब्या घेऊन त्यांनी चूळ भरली. डोळ्यांना पाणी लावलं. दळणाचं टोपलं औशी झोपतानाच जात्यापाशी ठेवलं होतं. अंधारात ते अचूक त्यांच्या हाती आलं. जात्याची घरघर चालू झाली.

भिंतीलगत झोपलेल्या म्हाताऱ्या आत्याबाई त्या घरघरीनं अर्धवट जाग्या झाल्या आणि कूस बदलून पुन्हा घोरू लागल्या.

पलीकडच्या खोलीत कानटोपी घालून आणि धाबळी पांघरूण अंथरुणावर पडलेले तात्याबा जागेच होते. म्हातारपणामुळं आता त्यांना रात्रभर झोप येत नसे. सुरुवातीला एखादी डुलकी झाली की, मग ते जागेच असत. उठून अंथरुणावर बसून त्यांनी तंबाखूची चिमट तोंडात धरली.

आणि मग काकींच्या जात्याच्या घरघरीनं विधवा बनूवहिनी आणि त्यांची खिडमी पोरगी शकू, कोपऱ्यातला बंड्या कुत्रा आणि कणगीपाशी अंगाचं मुटकुळं करून पडलेले अप्पा, लग्नाला आलेली काकींची पोर विठा आणि गालफडं बसलेला तिचा मोठा भाऊ दामू ह्या सर्वांच्या झोपा चाळवल्या.

दहा-पंधरा घास मुक्यानंच टाकल्यावर काकी बारीक आवाजात म्हणू लागल्या –

गौळण दसवंती पै सांग,
आलिया कृष्णाचेनि मागे,
येथे येणे वो श्रीरंगे,
नवनीत भक्षिले माझे....

काकीचा आवाज मंजूळ होता. म्हणण्याची धाटणी गोड होती. जात्याची घरघर आणि नामदेवाच्या भूपाळीचे गोड स्वर! त्या उदास, कोंदट घरात एकाएकी प्रसन्नता भरून राहिली. जात्याच्या पाळीतून पांढरं शुभ्र पीठ गळत होतं आणि काकींच्या गळ्यातून भूपाळी. एक कडवं संपताच त्यांना दम लागे आणि नुसतंच जातं घरघरे –

घु ऽ ऽ रूंऽ घु ऽ ऽ रूंऽ घुरूं ऽ ऽ

ज्या आवाजानं जाग आली, त्याच आवाजानं पुन्हा सगळी झोपी गेली. फक्त विठा मात्र झोपली नाही. ती उठून आईपाशी आली आणि जड जातं ओढण्यात तिला मदत करू लागली.

मग भराभर घास पडू लागले. भरभर पीठ गळू लागले. सावकाशीनं येणारा जात्याचा आवाज जलद झाला. भरून आलेल्या हातांची अदलाबदल होऊ लागली. काकींचा आवाज विठाच्या आवाजात मिसळला. त्या उदास, कोंदट आणि अंधाऱ्या घरातली प्रसन्नता अधिक वाढली.

येणे माझे कवाड गे उघडिले,
येणे माझे शिंके गे तोडिले
दह्यादुधाचे भक्षिले
उलंडिले ताकाचे....
घुरूं ऽ ऽ ऽ घुरूं ऽ ऽ ऽ घुरूं ऽ ऽ ऽ

मग स्वयंपाकघरात झोपलेल्या ठेंगण्या बनूवहिनी जाग्या झाल्या. समई पेटवून त्यांनी पोरीच्या अंगावर पांघरूण घातलं. गडबडीनं चुलीला पेटतं घालून त्या भाकरी बडवायला बसल्या. कारण सकाळी लवकर उठून दामूभावजी तालुक्याला जाणार होते. त्यांना भाकरी बांधून द्यायला हव्या होत्या. चिपाडाचा करपट वास आणि पिवळा-तांबडा उजेड यांनी स्वयंपाकघर भरलं. बनूवहिनींचा भाबडा चेहरा लख्ख घासलेल्या भांड्यासारखा उजळून निघाला. धुरानं त्यांचं डोळे ओले झाले.

सर्वांची कामं कशी यंत्रागत चालली होती. कुणी कुणाशी बोललं नाही. विठा काकीशी बोलली नाही, काकी विठाशी बोलली नाही आणि बनूवहिनी काकी-विठाशी बोलल्या नाहीत.

मग अप्पा जागे झाले. करदर्शन घेऊन उठले. बाहेर बांधलेल्या बैलांना त्यांनी वैरण घातली.

दामू धडपडून उठला, तेव्हा काकींची ओवी संपली होती. दळण आटपून त्या पीठ भरीत होत्या. बाहेर चांगलं फटफटीत झालं होतं. आतला अंधार गेला होता. पीठ भरणाऱ्या काकीकडे बघून दामू घाईनं बोलला, "अगं काकी, भाकरी केल्या का? लवकर जाणार आहे मी!"

त्याचा हा आवाज आत वहिनींच्या कानावर जाताच त्या नाकातून बोलल्या, "झाल्यांत हो भावंजी, बांधूं कां?"

अंथरुणावर बसलेल्या तात्याबांना सून फार मोठ्याने ओरडली, असं वाटलं. त्यांची सुरकुतली मुद्रा त्रासिक झाली. दात नसलेलं तोंड हलवीत-हलवीत ते उठले आणि उंबऱ्यात येऊन म्हणाले, "किती ओरडावं गं! हळू बोललं तर नाही का भागत?"

दरम्यान, आत्याबाई जाग्या होऊन अंथरुणाच्या वळकटीला टेकून बसल्या होत्या. त्यांनी तपकिरीची चिमूट नाकाला लावीत भावाच्या बोलण्याचा दुजोरा दिला, "द्वाड! हलक्या आवाजात बोलायचं ठाऊकच नाही कधी! फिदीफिदी हसणं काय, वसावसा बोलणं काय! बायकांच्या जातीला शोभतं का असलं?"

आत्याबाईंचा आवाज कावळ्यासारखा होता. आपलं बोलणं संपताच नाकाला सुरकुत्या पाडून त्यांनी तिरप्या डोळ्यानं विठाकडे पाहिलं.

ह्या बोलण्याचा रोख आपणावर आहे, हे विठानं ओळखलं होतं. काकींनीही ओळखलं होतं. विठा आता लग्नाला आली होती आणि पोटी पोरबाळ नसलेल्या आत्याबाई-तात्याबांना ह्या गोष्टीचा विलक्षण विषाद वाटत होता. मत्सरानं त्यांची म्हातारी मनं चिकचिकली होती!

या सगळ्या बोलण्यानं दामूचा काळा आणि गालफडं बसलेला मुखवटा त्रासिक झाला. तो पुटपुटला, "हं, झाली सकाळच्या प्रहरी सुरुवात!"

आत येणाऱ्या तिखट कानाच्या अप्पांनी हे ऐकलंच. ते आपल्या बहिणीवर खेकसले, "तुला काय करायचंय? बोलेनात! आपण गप्प बसावं!"

आणि मग चिडचिड्या आणि त्रासिक मुद्रेनं सगळीच आपापल्या उद्योगाला लागली!

ह्या सगळ्या घरात कसलाच मेळ नव्हता. कुणाचा पायपोस कुणाच्या पायात नव्हत. सर्वांत वडील तात्याबा होते. उमेदीत तलाठ्याचं काम करून त्यांनी आता पेन्शन घेतली होती. हा म्हातारा मोठा कावेबाज आणि धूर्त होता. त्याची बायको कधीच मेली होती. एकुलता एक कर्ता पोरगाही नुकताच घटसर्पानं आटपला होता! भाबडी सून बनू आणि खिडमी नात शकूच मागं होती. त्यामुळं तात्याबांना कशातच स्वारस्य उरले नव्हते.

तात्यापेक्षा धाकटा अप्पा. त्याचीही तीच गत होती. बायको बाळंतपणात

मेली होती. थोरली पोरगी नाशिकला आपल्या नवऱ्यापाशी होती. धाकटा मुलगा बहिणीपाशी राहून इंग्रजी शिकत होता. अप्पा घरी राहून शेतामळ्यात राबत होते. थोरल्या तात्याबद्दल त्यांच्या मनात डूख होता.

आत्या अप्पापेक्षा धाकटी बहीण. तिच्या पोटी मूलबाळ नव्हतं. फार लहानपणी तिचा नवराही उलथला होता. ही म्हातारी थेट थोरल्या तात्याबांच्या वळणावर गेली होती. आपला एक फेंगडा पाय उडवीत ती गावभर फौजदारी करीत हिंडे.

काकीचा नवरा दामू – विठाचा बाप – हा आत्याबाईंपेक्षा धाकटा. हा माणूसही मोठा वस्ताद आणि बेरकी होता. अविश्वासू आणि दगेबाज होता. मुंबईला कुण्या दुकानात तो कामाला होता आणि अफरातफर केल्याबद्दल बेसुमार मार खाऊन त्यातच आटपला होता!

बनूवहिनींनी बांधून दिलेल्या भाकरी पाठीशी टाकून दामू बाहेर पडला आणि तंगड्या तोडीत तालुक्याच्या वाटेनं चालू लागला.

फटफटीत झालं. सगळं खेडं हलू-बोलू लागलं. पीठ भरून काकी उठल्या. पुन्हा दुसऱ्या कामाच्या उसाभरीला लागल्या. अंगणात सडा शिंपू लागल्या.

जाड्याभरड्या लुगड्यात झाकलेली त्यांची काटक काया कामानं खंगली होती. काळजीनं वाळली होती. नवरा मेल्यापासून त्या कष्ट उपशीत होत्या – नुसते कष्ट! पोटाला चिमटा घेऊन, अप्पा-तात्याबांची खवचट बोलणी सोसून, गेली वीस वर्षं कष्ट करीत होत्या. घरातले कष्ट, रानातले कष्ट. दोन पायलीची दळणं दळावी. दोन-दोन मण खपल्या कांडाव्यात. हरभरे भरडावेत. वर्षाच्या डाळी कराव्यात. रानोमाळ हिंडावे. पावसाळ्यापुरते जळण गोळा करावे. गोवऱ्या थापाव्यात. भिंती सारवाव्यात. सारखं कष्ट करीत राहावं – एखाद्या यंत्रासारखं! आणि अलीकडे त्यांना विठाच्या लग्नाची काळजी लागली होती. लग्नाचं वय झालं होतं, तरी घरची कुणी माणसं काही बघत नव्हती.

तात्याबा निर्विकार होते. आत्याबाईंना गावच्या फौजदारीतून सवड होत नव्हती. अप्पा रानामाळात दिवसभर गुंतून होते आणि दामू त्यांच्या हाताखाली राबत होता. अप्पांचा कृष्णा नाशिकला राहून इंग्रजी शिकतोय आणि आपण इथं अडाणी राहून नांगरमोट करीत राहिलोय, म्हणून कष्टी होता. घरात कुणाशीच तो चार शब्द नीट बोलत नव्हता, काकीशीसुद्धा! आणि म्हणूनच काकींना विठाच्या लग्नाची फार काळजी लागली होती. पोरगी रूपानं चांगली ठसठशीत होती. खेडेगावात राहूनसुद्धा चांगली हुशार होती. घरकामात तरबेज होती. तिला चांगलं घर बघून उजवून टाकली, म्हणजे काकींच्या उरावरचा मोठा धोंडा उतरणार होता.

सडा शिंपता-शिंपता काकींच्या मनात हेच विचार चालले होते. अलीकडेच दामूमागं सारखी भुणभुण लावून त्यांनी त्याला गावोगाव फिरवला होता. आपल्या

एका नातेवाइकाला गळ घातली होती की, पोरीला स्थळ बघा. त्या भल्या माणसानं दामूच्या बरोबरीनं जोडे झिजवून एक बरा मुलगा शोधून काढला होता. मुलगी दाखवली होती. लग्नाचा सर्व खर्च सोसून तो विठाशी लग्न करायला तयार झाला होता. कार्य मुंबईला घडणार होतं. भाडं आणि काही किरकोळ खर्च ह्यासाठी थोडेफार पैसे गाठीला हवे होते. पण ते आणायचे कुठनं?

हातात रांगोळीची वाटी घेऊन विठा बाहेर आली आणि उंबऱ्यावर पद्मं काढू लागली. आजूबाजूला कुणी नाहीसं पाहून हलक्या आवाजात तिनं काकींना विचारलं, "दामू तालुक्याला कशाला गेलाय गं?"

तशा काकी खेकसल्या, "अगं, मला काय ठाऊक? तो माझ्याशी नीट बोलतो का? सांगतो का कधी काही मला?"

विठा खट्टू झाली आणि खाली मान घालून रांगोळीच्या रेषा ओढू लागली.

ह्या घरातून केव्हा एकदा आपली सुटका होतीय, असं त्या बिचारीला झालं होतं. तात्याबांचा छळवाद तिला नको झाला होता. ती कुठंही गेली की, तात्याबा तिच्या पाळतीवर असत. कुठं गेली होतीस? काय काम होतं? त्या अमक्याशी कशाला बोलत होतीस? ह्या प्रश्नांची उत्तरे तिला दिवसातून दहा-पाच वेळा द्यावी लागत. ओढ्यावर गेलं, तरी बेरकी आत्याबाई पाय उडवीत तिच्या मागोमाग जात. घरात कधी तिची ल्या-नेसायची हौस पुरली नाही. कधी मोकळेपणानं हसा-बोलायला मिळालं नाही. सदान्कदा कर स्वयंपाक, घास भांडी, धू धुणी! पोरगी कंटाळली होती. ह्या तुरुंगातून आपण केव्हा सुटू, असं तिला झालं होतं. बरोबरीच्या पोरींची भराभर लग्नं होत होती. त्या सासरी नांदायला जात होत्या. आणि विठा अद्याप घरीच होती. तिच्या लग्नाची खटपट कुणी करीत नव्हतं. कुणीच करीत नव्हतं. विठा निराश झाली होती. कडवटपणानं स्वत:शी म्हणत होती, 'यापरीस गळ्यात धोंडा बांधून विहिरीत उडी घ्यावी.'

दाखवायला नेली, तेव्हा तिनं आपला भावी पती पाहिला होता. तो चांगला गोरागोमटा होता. इंग्रजी शिकलेला होता. शे-सव्वाशे रुपयांची त्याला नोकरी होती. विठाची उत्सुकता विलक्षण वाढली होती... आणि घरात कुणीच बोलत नव्हतं! काकीपाशी पैसे नव्हते. दामूपाशी पैसे नव्हते. तात्याबा आपल्या पेन्शनीच्या पैशावर नागोबासारखे बसून होते आणि अप्पा कानावर हात ठेवून मोकळे झाले होते. भाडेखर्चासाठी पैसे नाहीत, म्हणून आपलं लग्न मोडणार की काय?... पोरगी भीतीनं मलूल झाली होती.

सडा घालून काकी आत गेल्या, तेव्हा तात्याबा चहाचं भांडं पुढं घेऊन दोन पायांवर बसले होते. त्यांच्या डोक्याला पांढरा रुमाल होता. अंगावर उपरणं होतं. दोन्ही हात जोडून ते चहा निवण्याची वाट पाहत होते. तात्याबा सोडून घरात इतरांना

चहा मिळत नसे. आत्याबाई आणि बनूवहिनी चोरून पीत असत.

मग म्हाताऱ्यानं धूर्तपणानं काकींना विचारलं, "कशाला गेलाय तो तालुक्याला शेतीवाडीची कामं सोडून? आँ! कशाला गेलाय?"

"कुणाला ठाऊक! मला कधी सांगून जातो का तो?"

काकींच्या या उत्तरासरशी चुलीपुढं रुटूखुटू करणाऱ्या बनूवहिनी विलक्षण घाबरल्या. आपल्या सासऱ्याला जणू आपणच एखादं उर्मट उत्तर दिलं, अशी त्यांची चर्या झाली आणि त्यांच्या हाताचा धक्का लागून एका भांड्याचा ठाणकन आवाज झाला.

"फोऽऽ फोडा भांडी!" तात्याबा गरजले, "भांचोद, सगळीच माणसं धांदरट कशी या घरातली, मला काही कळतच नाही! कुणालाच समज नाही, कुणीच जाणतं नाही – मला काही कळतच नाही!"

आणि मग बराच वेळ त्यांची टकळी चालू राहिली. शेवटी जेव्हा चहा निवून जातो आहे, हे त्यांच्या ध्यानात आलं; तेव्हा त्यांनी भांडं उचललं आणि मिटक्या मारीत ते चहा पिऊ लागले.

पुढचा सोपा, खोली, उभंकडी सारवून घ्यायच्या कामाला काकी लागल्या. कारण आता विठाचं लग्न होतं. पोरीच्या लग्नाच्या तयारीला काकी केव्हाच लागल्या होत्या. त्यातल्या त्यात हात राखून त्यांनी पापड केले होते, कुरड्या केल्या होत्या, सांडगे घातले होते. दूरदर्शी काकी केव्हाच कामाला लागल्या होत्या. न बोलता, गाजावाजा न करता त्या विठाच्या लग्नाची तयारी करीत होत्या.

चपळ हातानं शेणकाला ओरबाडता-ओरबाडता त्या मनाशी म्हणत होत्या, 'किती चौकश्या! किती चौकश्या! गेलाय कामासाठी. काय करायचंय तुम्हाला? तुम्ही कुणी बघत नाही. पोरीच्या लग्नासाठी दोन-तीनशे रुपये लागायचे, तर पुढं होऊन कुणी द्यायला तयार नाही. तिच्या बापाचं जणू काहीच नाही घरात! मस्त ठेवलंय त्यानं! शेतं, मळे आहेत. त्यात काही हिस्सा नाही? एक सालच्या मिरच्या विकल्या, तर पोरीच्या लग्नापुरते पैसे येतील! पण मनात आहे कुणाच्या? कुणाच्या आहे?'

दामू कशासाठी गेलाय, हे काकींना ठाऊक होतं. त्यांनीच तर त्याला पाठवला होता. कुणी बघितलं तरी त्यांचं त्यांनी बघायला पाहिजे होतं. तीनशे रुपयांसाठी काय लग्न मोडायचं? मुंबईला असताना विठाच्या बापापाशी हट्ट धरून काकींनी चांगल्या सहा तोळ्यांच्या पाटल्या करून घेतल्या होत्या. काकींच्या भुणभुणीला कंटाळून एके दिवशी तयार पाटल्या आणून त्यानं काकीपुढं टाकल्या होत्या. गरिबीच्या संसारात सहा तोळ्यांच्या पाटल्या करायच्या, म्हणजे काही सोंग नव्हतं!

नवरा मेल्यापासून हे धन काकींनी जपलं होतं. तात्याबा आणि आत्याबाईंनी जंग-जंग पछाडलं तरी त्यांनी दाद लागू दिली नव्हती. मधे किती अडी-अडचणी आल्या; पोरीला नेसायला धड धुडतीसुद्धा मिळेनाशी झाली; दामूची मुंज झाली ती किती गरिबीनं! किती साधेपणात! पण काकींनी पाटल्या मोडल्या नाहीत. पण आता वेळ आली होती. चिंध्याचांध्यात, गाडग्यामडक्यात लपवलेल्या पाटल्या काढून त्यांनी गुपचूप दामूच्या हवाली केल्या होत्या. पाणीभरल्या डोळ्यांनी सांगितलं होतं, "ह्या घे. तुझ्या बापाची कमाई आहे. बँकेत गहाण ठेव आणि पैसे आण. पोरगी एकदा आपल्या नवऱ्याच्या घरी गेली, म्हणजे माझा जीव खाली पडेल!"

आणि दामू गेला होता.

काकींना माहीत होतं. त्यांनीच तर त्याला धाडला होता.

दुपारचे बारा वाजले. धुण्याचा गठ्ठा गोळा करून विठा विहिरीवर गेली.

तात्याबा पान कुटीत बसले होते. त्यांच्या ध्यानी ही गोष्ट आली. आपणही विहिरीवर चक्कर मारली पाहिजे, असं त्यांना वाटलं आणि मग अगदी घाईघाईनं ते पान कुटू लागले.

तेवढ्यात आत्याबाई पाय उडवीत आल्या आणि नाकाला सुरकुत्या पाडून बोलल्या, "काय कार्टं तरी निघालंय, बापाच्या वर!"

तात्यांनी चेहरा त्रासिक केला आणि विचारलं, "कोण कार्टं, आँ?"

"दाम्या आपला!"

"दाम्या? आणि त्यानं काय केलं?"

"त्या रंगा वाण्याकडनं माझं नाव सांगून केव्हा पाच रुपये आणलेत उसने! आज तो मला मागत होता. काय द्वाड अवलक्षण!"

वास्तविक रंगा वाण्याचे पैसे आत्याबाईंनीच घेतले होते. फक्त ते दामूच्या हातून त्यांनी आणवले होते. त्याला दोन वर्षं झाली होती. साहजिकच त्यानं ते आत्याबाईंपाशी मागितले, तेव्हा त्या विलक्षण संतापल्या आणि हा सारा प्रकार त्यांनी दामूच्या अंगावर ढकलला!

मळ्यात गेलेले अप्पा आरडाओरडा करीत आले. लिंबाच्या झाडावर मोजून ठेवलेल्या लिंबांपैकी एक कुणी लांबवलं होतं. हातवारे करून ही बातमी त्यांनी घरात जाहीर केली.

आत्याबाई म्हणाल्या, "हे काम रंगा वाण्याचं. त्याचं पोरगं भुतानं पछाडलंय. त्यासाठी तो माझ्याकडे लिंबू मागत होता."

आणि मग ती दोघं बहीण-भाऊ तावातावानं रंगा वाण्याची धिंड काढण्यासाठी बाहेर पडली, भांडून-भांडून त्याचं भुस्कट पाडण्यासाठी!

ह्या साऱ्या प्रकारात तात्याबा विहिरीवर जाण्याचं विसरून गेले होते. पण त्यांना

एकाएकी आठवण झाली. डोक्याला रुमाल गुंडाळून ते तरातरा विहिरीकडे गेले.

संध्याकाळ टळून गेली आहे. दिवेलागणी केव्हाच झाली आहे. घरातली जेवणं आटपली आहेत. विठा आणि बनूवहिनी परसदारी भांडी घाशीत आहेत. तात्याबा पत्त्याचा डाव खेळण्यासाठी हरिबा कुळकर्ण्यांच्या घरी गेले आहेत. अप्पा आणि आत्याबाई पोथी ऐकण्यासाठी देवळात जाऊन बसले आहेत. काकींचा जीव उडून गेला आहे. त्या सारख्या आत-बाहेर करीत आहेत. तालुक्याला गेलेला दामू अद्याप आला नाही!

पोराला वेळ का लागला? वाटेत चोराचिलटांनी लुटलं तर नाही? मारलं तर नाही?

चिंतेनं काकी काळवंडल्या आहेत.

बाहेर चांदणं पडलं आहे. गार वारा सुटला आहे. तालुक्याहून येणारी वाट न्याहाळीत काकी उंबऱ्यात उभ्या आहेत.

पोरगं का आलं नाही? का आलं नाही?

वाटेवरून कुणी तरी घराकडे येत आहे. काकीचं काळजी धडधडतं आहे.

"आलं माझं बाळ! द्वाड मन चिंती ते वैरी न चिंती. कामालाच गेला होता. झाला असेल थोडा उशीर!"

काकी पायऱ्या उतरून अंगणात आल्या. दामू जवळ आला. अगं बाई, दामू नव्हे हा! कंडऱ्याचा भाना!

"काय रे भाना?"

"काकी, वाईच अल्याड या."

"का रे बाबा, भाना! काय झालं?"

"तालुक्यासनं आलो. दामूला शिपायांनी धरून ठेवलंय!"

"कशाबद्दल रे?"

"पाटल्या खोट्या होत्या... पितळेच्या... बँकेला फसवत होता म्हणून!"

"अरे देवा!"

पायांतून वारा गेल्यासारख्या काकी मट्कन पायरीवर बसल्या!

तात्याबा, आत्याबाई, अप्पा यांचा भाऊ म्हणून जन्माला आलेल्या बापूनं आपल्या बायकोलाही फसवलं होतं!

■

तू माझी पक्षिणी

डिसेंबरातली स्वच्छ दुपार. काळ्या-तांबड्या रानातून हिरवीगार पिके उभी होती. मोटा चालल्या होत्या. गुरं हिंडत होती. पक्षी उडत होते. पाणथळ भागातील बाभुळवनातून आम्ही हिंडत होतो. मी आणि रामोश्याचा ईश्वरा. अंगानं छडछडीत, रंगानं काळा, थोडासा तोतरा ईश्वरा हातात डहाळे कुऱ्हाड घेऊन माझ्यापुढं चालत होता. त्याचे तीक्ष्ण डोळे बाभळीच्या हिरव्या डहाळ्यांतून फिरत होते. छऱ्याची बंदूक वागवीत मीही हिंडत होतो. कुठे एखादा व्हला, पारवा दिसतो का – ते बघत होतो. आमच्या चाहुलीने कावलेल्या खारी 'थंडर व्हिसल'सारख्या ओरडत होत्या. राखी रंगाच्या बारीक चिमण्या चिट् ऽ चिट् ऽ उडत होत्या. काळ्या कुळकुळीत अंगावर हिरवी झाक असलेले कोतवाल वाळल्या खनपटावर बसून शेपटी हलवीत होते. वर बघून चालताना कधी एकाएकी पायापुढल्या गवतातून भुर्रकन लव्हा उठे. तो दिसला कसा नाही, अशी चुटपुट लागून राही. मान फुगवून घुमणाऱ्या व्हल्याचा आवाज कानावर येऊन ईश्वरा हलके-हलके त्या दिशेने जाई. बंदूक सुधारून मी त्याच्या मागोमाग असे. ईश्वराचे सराईत डोळे डहाळीवर बसून घुमणारा व्हला लागलीच हेरीत, पण मला तो दिसत नसे. आंधळ्यासारखा मी झाडाकडे बघत राही. दरम्यान, ते बुजरे पाखरू सावध होई. पोटाशी घेतलेल्या पायांवर पुरे उभे राही. मान मोडून इकडे-तिकडे बघे आणि फडफड करीत उंच उडे. नाराज होऊन मी

त्याच्या भरारीकडे बघत राही. ईश्वरा काही न बोलता माझ्याकडे बघून असे हसे की, 'इतके करून तुम्हीच हुकला; त्याला काय करायचे!' आणि मग फिरून आमची पायपीट चालू होई.

हिंडता-हिंडता एका गर्द झाडावर काही हलल्यासारखे झाले. जागच्या जागी मी थांबलो. निरखून पाहू लागलो. क्षणभर भ्रम झाला की, हे पाखरू की झाडाचे खनपट? खात्री करून घेण्यासाठी मी ईश्वराला डिवचले. एवढ्यात ते पाखरूही वळले. आपले पिवळे धमक, भोकरासारखे मोठे डोळे रोखून माझ्याकडे बघू लागले. बसल्या जागीच, जोर काढल्यासारखे करू लागले.

ईश्वरा कुजबुजला, "पिंगळा."

"हाणू का?"

"काय जरुरी? फुकट छर्रा दवडायचा?"

त्या रामोश्याची नजर शिकारीपेक्षा उपयुक्ततेवर अधिक होती. मला काही तरी टिपायचे होते. फडफड, धडपड आणि आतल्या हाताने केलेली शिकार बघायची होती. बंदूक उचलून मी नेम धरला. लहान घुबडासारखे दिसणारे ते पाखरू अजूनही रोखून बघत होते, खाली दबत होते. वर उठत होते. आळीपाळीनं ईश्वरा आम्हा दोघांकडे बघत राहिला. लक्ष्य टप्प्यात येताच मी घोडा ओढला. फट्‌कन आवाज झाला आणि त्याबरोबरच पिंगळा फडफडत खालच्या गवतात पडला. मी पुढे धावलो. त्याला बंदुकीच्या दस्त्याखाली चेंगरून विजयाने ईश्वराकडे बघू लागलो. तो माझ्याकडे वळून म्हणाला, "पिंगळ्याची मारली तर जोडी मारावी. आता याची मादी जन्मभर एकटी ओरडत राहील!"

आणि खाली बसून त्यानं तो मेलेला पिंगळा उलटा-पालटा केला. पायाला धरून बाजूच्या घायपातात भिरकावला.

हिंडून-हिंडून झिटावलो, पण काही मिळाले नाही. रात्रीच्या कालवणापुरते दोन-तीन व्हले केव्हा मिळतील, अशी घाई ईश्वराला झाली होती आणि उन्हाने रंजीस होऊन झाडात बसलेल्या व्हल्यांनी हे ओळखले होते. आमची चाहूल येताच फऽर्र करून ते बाहेर पडत आणि दूर निघून जात.

ईश्वरा चडफडून म्हणे, "आमच्या लोकांनी पाखरं भारी बुजार केली बघा सरकार. जो-तो उठतो आणि गलोलीनं व्हले मारीत हिंडतो."

मग पुन्हा आम्ही ओढ्याच्या काठाने हिंडू लागलो. करंज, बाभळ, निरगुडी यांची हिरवीगार दाटण लागली होती. त्या थंड सावलीतून बसलेले राघू शिळा घालीत होते. साळुंख्या बोलत होत्या. खारी ओरडत होत्या. गर्द पालवीतून, सोनेरी किरमिजी रंगाचा भारद्वाज चपळतेने सरकत होता. उंबराच्या फांद्यांना वाघूळ लोंबकळत होते. नाना झाडांचा उबट वास. मधूनच ओढ्याचा गारवा बरोबर घेऊन येणारा

मासळी दर्प. इतर सगळ्या गोष्टी विसरल्या आहेत. परिकथेतल्या राजपुत्रासारखा मी ह्या निबिड जंगलांतून भटकतो आहे.

एकाएकी बांधावरच्या एका नेपतीच्या झुडपाशेजारी ईश्वरा थांबला. नेपती, हिरवेपिवळे गवत, रानवेल यांनी गिचमडलेल्या त्या जंजाळात कुऱ्हाडीचा दांडा खुपसून ईश्वर बघू लागला.

''काय रे ईश्वरा, घरटे काय व्हल्याचे?''

ईश्वराला ऐकू गेले नाही. तो थोडा बहिरट आहे, हे ध्यानात येऊन मी पुढे गेलो. वाळवंटातून गुरांचे खूर उमटले होते. ओल्या वाळूत उठलेल्या खुरांत पाणी साचले होते. पाण्याची खळखळती धार उन्हात चमकून डोळे दिपवीत होती. हिरव्यागार लव्हाळ्यात काटकोळ्या पायांचा बगळा शांत बसला होता. आणि आपट्याच्या फांदीवर व्हल्याची जोडी डुलकी घेत होती. क्षणभर छातीत धडधड झाली. मागे वळून बघितले. ईश्वरा हा नजरेच्या टप्प्यात नव्हता. दबत-दबत आडोशाला गेलो आणि नेम धरून छर्रा सोडला. पाखरे भर्रकन उडून गेली. इतक्या जवळ जाऊन नेम कसा चुकला? अरेरे! तरी बरे, ही फजिती बघायला ईश्वरा नाही!

स्वच्छ आभाळातून भरारी घेत ओढ्याच्या पलीकडे जाणाऱ्या त्या जोडीकडे बघत मी उगाच उभा राहिलो.

आणि मागून ईश्वराची हाक आली, ''सरकार, या इकडं!''

त्याच्या हातात काही होते. माझ्या माघारी याने कशाची शिकार मिळवली? उत्सुकतेने धावत-पळत मी त्याच्यापाशी गेलो. हातातली नेपतीची फांदी पुढं करून तो म्हणाला, ''ही घ्या शिकार.''

त्या फांदीला मोहोळाचा पिवळा-तांबडा कांदा होता. मधाचे घट्ट थेंब खाली ठिबकत होते.

''घ्या हातावर. खा.''

दोघेही पाण्याच्या धारेत गेलो. मी घामानं चिकचिकलेले तोंड धुतले. हात धुतले. माझ्या ओंजळीत ईश्वराने कांद्याचा मोठा भाग पाडला. मधानं ओंजळ भरली. तो चविष्ट, गोड मध मी जिभेने लपालप चाटला.

ईश्वराने विचारले, ''कसा आहे रानचा मेवा?''

जिभल्या चाटीत मी म्हणालो, ''फस्कलास!''

ईश्वराचा काळा चेहरा उजळून निघाला.

''ह्या दिवसांत माझा उद्योग हाच बघा. तरी अजून करड्याची फुलं फुलली नाहीत. नाही तर मोहोळांना तोटा नाही. पोटभर खावी.''

''गड्या, तू हेरलेस बरे! मला तर तिथं काही दिसले नाही!''

''कसबाचं काम आहे सरकार. हे सगळं रान माझ्या माहितीचं आहे. हरसाल

त्या नेपतीत मोहोळ मिळतंच!''

''काढलेस कसे? माश्या नाही चावल्या?''

''चावरं नव्हतं ते आणि जरी असलं तरी तोंडावर पटका घ्यायचा. लांबूनच फांदी हलवायची. माश्या उडून जातात.''

मी अडाण्यासारखा विचारत होतो आणि ईश्वरा उत्तरे देत होता. त्याचे लाल डोळे चकमत होते.

''पण गड्या, व्हला काही मिळत नाही!''

''नाही कसा! चला त्या समोरच्या झाडीत, लागंल तितके व्हले मारा. हात अंतरावर गेला तरी उडायचे नाहीत. आमच्या लोकांचा वावर इकडं नसतो फारसा. पाखरं बुजाट नाहीत तिथली!''

उन्हाच्या तावाने माझे तोंड तांबडेलाल झाले होते. अंग घामाने थबथबले होते. पाय दुखू लागले होते. खांद्यावरची जड बंदूक आणि खिशातले शिशाचे छर्रे अधिक जड लागत होते. तरीही मी चालत होतो. ईश्वरा विचारत होता, ''दमला काय सरकार?''

''छे! संध्याकाळपर्यंत माघारी फिरायचं नाही. जायचं ते तुझ्या कालवणाची बेगमी करून!''

मग पुन्हा एकवार आम्ही बाभळीच्या दाटीत घुसलो. पाना-फांद्यांच्या सलगीने डागळून व्हल्याच्या मगावर हिंडू लागलो. ईश्वरा म्हणाला ते खरे होते. ह्या झाडीत खूप पाखरे होती. आम्ही झाडाखाली जाऊन बंदूक उचलली तरी ती न उडता टकाटका बघत राहत. छर्रा छातीत घुसताच मुंडी खाली करून बदकन कोसळत. घूं ऽ ऽ घूं ऽ ऽ ओरडणारे कबुतरासारखे पांढरे व्हले... 'ये गं कू, दोघं जेवू,' असा आक्रोश करणारे बदामी रंगाचे लहान व्हले... 'कुटर्रऽ ऽ कुटर्रऽ ऽ' करीत धीटपणे बसणारे जांभळट व्हले – छर्रे लागून बदाबद खाली कोसळले. ईश्वराजवळ चांगले गाठोडे झाले. आम्ही परत फिरलो.

ओढ्याच्या काठाकाठाने परत येता-येता, आणखी काही मिळते का, यावर नजर होतीच. संध्याकाळ झाल्यामुळे पाखरे आता विसाव्याला आली होती.

''ईश्वरा, गावापासून बरेच लांब आलो. संध्याकाळ झाली!''

''होऊ द्या. जाऊ आता. नजर ठेवून असा झुडपांवर; हमखास घावंल एखादा.''

आणि जरा पुढे जातो तो एक दिसलाही. बाभळीच्या बुंध्याशीच असलेल्या कोट्यात तो निवांत बसला होता. आमची चाहूल लागताच कावराबावरा होऊन बघू लागला. घाई करून मी छर्रा भरला. नेम धरला. घोडा ओढला. झुऽईऽऽईऽऽ करून छरा निघून गेला.

''च्ऽऽ च्ऽऽ, चुकला बेटा!''

"पुन्हा हाणा, उठत नाही. तो अंड्यावर बसलाय!"

जवळ जाऊन मी पुन्हा छर्रा मारला. तोही चुकला. रेंज बदलून मी पुन्हा छर्रा भरला. ईश्वराने सूचना दिली, "सावकाश हाणा, तो उडत नाही."

आणि मग मात्र तो उडाला. दोन पांढरी शुभ्र अंडी सोडून उडाला. मी ईश्वराकडे सहेतुक बघितले.

कमरेची पिशवी काढून तो म्हणाला, "या जरा इकडं. आडोशाला बसून पान खा. तोवर तो पुन्हा येतोय बघा. अंडी सोडून जातोय कुठं!"

आडोशाला बसून आम्ही पान खाऊ लागलो. सूर्य मावळायला आला होता. रानोमाळ पिवळ्या उन्हाची झळाळी काळवंडत चालली होती.

मी म्हणालो, "ईश्वरा, बेगमी झाली का?"

"हां-हां, झाली की! सात-आठ मिळालं, आणखी हा मिळतोय बघा. अंड्याची माया जीव घेणार त्याचा!"

पाच-एक मिनिटांनी ती मादी फिरून कोट्यावर येऊन बसली आणि पंखात छर्रा घुसून खाली कोसळली. धोतर काखेला मारून ईश्वरा धावला. गवतात घुसू बघणाऱ्या जखमी मादीला त्याने पकडले. त्याच्या हातात ती तडफड करू लागली. तेव्हा जीव जाण्यासाठी त्याने ती जोरात जमिनीवर आपटली आणि इतर व्हले असलेल्या गाठोड्यात बांधून टाकली.

गावात पोहोचलो, तेव्हा जेवणवेळ टळून गेली होती. ईश्वरा रामोसवाड्याकडे वळला. मी घरी आलो. दरवाजा उघडून आत गेलो. समईच्या प्रकाशात अंथरुणावर बसलेली आई कोमल आवाजात म्हणत होती,

"तू माझी पक्षिणी, मी तुझे अंडज,
देई प्रेमरज विठाबाई"

माझी चाहूल लागताच ते अर्धवट सोडून म्हणाली, "रमणा, किती रे उशीर बाबा?"

"जेवणं झाली आई?"

"जेवली बाबा सगळी. मीच राहिलेय तुझी वाट बघत."

"उपास सुटायचा तुझा. कशाला राहिलीस? जेवून घ्यायचं!"

"कशी रे जेवू तुला सोडून?"

जमिनीला तळहाताचा रेटा देऊन उठली... आणि अंड्यावरची ती पक्षिणी डोळ्यांसमोर येऊन माझे मन हलले! द्रवले!

अमीनची चित्तरकथा

रात्री भाकरी खाऊन झाली, तेव्हा तिखट कालवणानं पोळलेल्या तोंडात वारा घेत तात्या अमृता बायकोला म्हणाला, ''मी जरा चावडीकडनं जाऊन येतो गं.''

जेवणखाण आटोपल्यावर, दिवसभर रानात राबलेली मंडळी चावडीपुढं जमा होत. धुळीत बसून इकडच्या-तिकडच्या गप्पा ठोकीत आणि मध्यानरात्री घराकडं येत. एकमेकांच्या गाठी पडण्याचं, गावातली कमी-अधिक बातमी समजण्याचं तेच ठिकाण होतं.

बायकोच्या हुंकाराची वाट न बघता, घोंगड्याची खोळ करून तात्या अमृता बाहेर पडला.

काळोख किट्ट होता. थंडी जोरात सुटली होती. कान आणि तोंड घोंगड्यानं झाकून तात्या अमृतानं अंगाचा संकोच केला आणि नेहमीच्या सरावानं दगडधोंड्याला, लाकूडफाट्याला न थटता तो जाऊ लागला.

एका बाजूला जळणासाठी साठवलेला बाभळीचा फेस होता. त्याच्या पलीकडे उघड्यावर बैलाची दावण होती. जरा समोर पाण्याचा अरुंद आड होता. तसल्या अंधारातही ह्या सगळ्या गोष्टी तात्या अमृताला दिसत होत्या. त्या टाळून तो चावडीकडं जात होता.

दिवसभर कामं करून दमलेली बैलं निवांत बसली होती. त्यांचे श्वास ऐकू

आले. शेणामुताचा वास आला. बैलांच्या अंगावरून तात्या अमृता पुढं गेला. आडाच्या बाजूनं जाऊ लागला. आजूबाजूला दगडी शिळा टाकल्या होत्या, तरी तिथं राड होतीच. पाणी गोड असल्यामुळे या आडाला वर्दळ फार होती. शेजारचं न्हाव्याचं घर, मोमिनाचं घर आणि पलीकडचा एकांडा लव्हार यांच्या घरी आड नसल्यामुळं त्यांना खर्चाचं पाणीसुद्धा याच आडाचं न्यावं लागे. पोहऱ्यातून सांडलेल्या पाण्याचे ओघळ आजूबाजूला वाहत. त्यामुळं तिथं हमेशा राड होई.

त्या राडीतून बेतानं जोडा उचलीत तात्या अमृता जाऊ लागला आणि एकाएकी थबकला. जागच्या जागी उभा राहून सावट घेऊ लागला.

पाण्यातून गुड्ऽ गुड्ऽ गुड्ऽऽ आवाज येत होता. आणि आडाशिवाय दुसरीकडं कुठं पाणी नव्हतं.

कानावरचं घोंगडं काढून तात्या अमृता पुन्हा सावट घेऊ लागला.

कुणीतरी हलकेच विव्हळलं; कण्हलं.

आवाज आडातूनच येत आहे, ही खात्री झाल्यावर – तात्या अमृता हलकेच आडाच्या काठाशी गेला. ओणवा होऊन चाचपडू लागला. गार काठ हाताशी येताच डोकावून आत बघू लागला. पण काळोख किट्ट होता. काही दिसत नव्हतं. मान वाकडी करून त्यानं पुन्हा सावट घेतला.

पुन्हा आत कुणी विव्हळलं. खोल आडातून तो आवाज तात्या अमृताच्या कानी पडला. त्यासरशी तो वरून म्हणाला "हय्! कोण हाय आत? माझ्या आडाचं पाणी कोण खडूळतोय?"

आतून आवाज आला नाही.

कानावर हात ठेवून तात्या अमृता ऐकू लागला, पण आवाज आला नाही!

"कोण मरायला उतरलाय माझ्या आडात? कोण आहे? तोंड नाही का बोलायला?"

आवाज नाही! घरातून दिवा घेऊन आत बघितलं पाहिजे!

वारा भरारून सुटला होता. घरातून कडू तेलाचा दिवा टिकला नसता. तात्या अमृता थेट न्हाव्याच्या घराकडं गेला.

बंडा न्हावी तंबाखू ओढीत बसला होता. त्याला म्हणाला, "काय चाललंय बंडा?"

सावरून नीट बसत बंडा म्हणाला, "बसलोय निवांत! भाकरी खाल्ली का?"

"व्हय. तू?"

"खाऊनच बसलोया न्हवं? घ्या चिलीम!"

"चिलीम नको. कंदिलात तेल असंल तर बघ. जरा आडाकडं चल आमच्या!"

"का? रेडकू-बिडकू पडलं काय?"

"रेडकू नाही, माणूसच असावं. अंधारात दिसंना काही. चल कंदील घिऊन!"

बसल्या-बसल्याच बंडानं पोरगीला हुकूम सोडला –

"खंदीलात तेल हाय का गं? असलं तर पेटव आणि आण!"

तात्या अमृताच्या जीवाची घालमेल चालली होती.

आडात कोण आहे, हे बघण्याची उत्सुकता पराकोटीला पोहोचली होती आणि कंदील बाळगून असलेला बंडा अगदी थंड होता.

बंडाची पोरगी उठली. अंधारातच आतल्या खोलीत गेली. खुंटीला अडकविलेला कंदील तिनं बापाच्या हाती आणून दिला. तो बऱ्याच दिवसांत पेटवला नव्हता. धुळीची किटणं त्यावर साचली होती. काच फुटल्याजागी कागद अडकवून सांधली होती. त्याच्या दोन्ही बाह्या धरून बंडा म्हणाला, "तेल नसंलच?"

आणि कानापाशी नेऊन कंदील हलवू लागला.

तात्या अमृता वरचेवर अंधारातून आपल्या आडाकडं बघत होता. कान देऊन बघत होता की, विव्हळणं ऐकू येतं का? पण काही ऐकू नव्हतं!

टाकीतलं तेल हललं. तो आवाज ऐकला, तेव्हा बंडा थंडपणानं बोलला, "तेल हाय असं वाटतंय!"

"मग पेटव की मर्दा. चल लवकर."

तात्या अमृता घाईला आला होता.

बंडा बेतानं उठला. हातात कंदील घेऊन चुलीपाशी गेला. एक चिपाड विस्तवावर धरून फुंकू लागला. करपट वास आणि धूर यांचा भपकारा त्याच्या तोंडावर आला, तेव्हा तो डोळे चोळू लागला. पुन्हा वाकून फुंकू लागला. चिपाडानं पेट घेतला. कंदिलाचा घोडा खाली करून बंडानं जळतं चिपाड आत घातलं आणि वात पेटवली. घरातल्या दिव्यापेक्षा अधिक उजेड झाला.

कंदील हलवीत दोघेही आडापाशी आले. बंडा ओणवा होऊन कंदिलाच्या उजेडात आत बघू लागला, तरीही खूप खोल असलेल्या आडाच्या अर्ध्या भागापर्यंतच दिसू शकलं.

नेता येईल तेवढा कंदील आत नेऊन बंडा म्हणाला, "काय दिसतंय का तात्या?"

पटका उराशी धरून बोडक्या डोक्यानं आत डोकावून बघणारा तात्या अमृता म्हणाला, "नाही बा. तुला दिसतंय?"

"नाही. काळोख किट्ट हाय आत!"

"मग कसं करतोस?"

"आत हाय का तरी कुणी?"

"तर... तर! मी मघा इवळणं ऐकलं. आत हाय कुणी तरी!"

मग बंडा ओणवा झाला आणि ओरडला, "कोण हाय आत... आँ?"

आणि कानावर हात ठेवून आवाजाची वाट पाहू लागला.

"तसा फायदा होणार नाही बंडा... थांब!"

शेजारचा एक बारीक खडा घेऊन तात्या अमृतानं आत टाकला. तो जाता-जाता बाजूला थटला आणि मग डुबुक्कन पडला.

त्यापेक्षा थोडा मोठा खडा घेऊन बंडानं बरोबर मधे सोडला, तेव्हा बदकन आवाज आला. कुणीसं विव्हळलं.

"आँ... ये माँ... हाय...."

डोळे मोठे करून न्हाव्याकडे बघत तात्या अमृता म्हणाला, "बघ! सांगत नव्हतो आत कुणी तरी हाय! –" आणि मग तो मोठ्यामोठ्यानं ओरडू लागला, "हय – कोण पडलंय आत! आवाज दे, आवाज दे!"

त्याला मधेच थांबवून बंडा म्हणाला, "तात्या, आमची म्हातारी तर नव्हं?"

"तुझी म्हातारी? असंल? कुणी नेम सांगावा?"

बंडा उठून उभा राहिला. घराकडे बघून हाळ्या मारू लागला, "ये कोंडेऽऽ कोंडे... हय!"

कोंडीनं तिकडून आवाज दिला, "वं... का वं?...."

"अगं, आपली हाय का घरात?"

"आ? काय?"

"म्हाता... म्हातारी हाय का बग घरात!"

काही वेळ सामसूम झाली. आवाजाची वाट बघत दोघेही थटून राहिले.

विहिरीतलं पाणी खळबळल्याचा आणि विव्हळण्याचा आवाज पुन्हा एकवार आला!

त्या पाठोपाठ तिकडून कोंडी ओरडली, "म्हातारी हाय वं घरात! पडलीया जात्यापाशी!"

हे ऐकून बंडा बोलला, "मंग वं तात्या, कोण असावं दुसरं?"

दरम्यान, ही आरडाओरड ऐकून तात्याची बायको दाराशी येऊन उभी राहिली होती. तिनं विचारलं, "काय वं, काय हाय?"

तात्या अमृता म्हणाला, "कुणी तरी आडात पडलंय!"

"कोण? जनावर?"

"नाही. माणूस!"

"आं? अवं, मग बगा तरी! काढा तर!"

दोघांनी मिळून विचार केला.

"तात्या, दिस उगवल्यावाचून काय इलाज नाही!"

"तोवर थांबावं म्हणतोस?"

"हां – तर काय?"

पण बायको तिकडून ओरडली, "मरंल की थंडीनं तोपतूर आतलं माणूस!

दोरीला बांधून खंदील सोडा आत. आन कुणी तरी उतरून काढा त्याला वर!''

''हे बी खरंच. मग रं बंडा, उतरतोस आत?''

''आपण न्हाई बाबा. कधी जल्मात आडात उतरलो नाही आपण. खबदाडीतून साप असतात! कुणी धाडस करावं?''

''मग?''

''लव्हार उतरंल बघा. त्याला सवय हाय!''

''ठीक!''

तात्या अमृताला ही कल्पना पसंत पडली. तो तरातरा लव्हाराकडे गेला आणि म्हणाला, ''लव्हारा, जरा भायेर ये. काम हाय.''

लव्हार अद्याप झोपला नव्हता. लंगोटा लावून अंथरुणात पडला होता. तो उठला आणि लगबगीनं धोतर गुंडाळीत म्हणाला, ''कोण? तात्याबा काय?''

''हां. भायेर ये.''

चादरीची खोळ घेऊन लव्हार बाहेर आला. खाकरून थुंकला आणि म्हणाला, ''का वं तात्याबा?''

''आमच्या आडात कुणी पडलाय. उतरून काढशील का?''

''अंधार हाय की वं! असल्या थंडीत पाण्यात पडलो, तर गारव्यानं मरीन!''

''खंदील हाय बंडा न्हाव्याचा उजेडाला. गारठलास तर शेक चणाचणा. मी चगळ देतो माझ्यातलं!''

लव्हार मिंधा होता. त्याला तात्या अमृतासारख्या तालेवाराचा शब्द मोडवेना. काचकुच करीत तो तयार झाला.

म्हणाला, ''बरं, तुमी म्हणताय तर उतरतो. चला!''

लव्हाराला पुढं घालून तात्या अमृता आडापाशी आला. तोवर आणखी एक-दोघं तिथं जमली होती. गारठ्यानं आखडल्या तोंडानं, आडातला माणूस कोण असावा, याची चर्चा मंडळी अजूनही करीत होती.

लंगोट लावून लव्हार तयार झाला. दोराला बांधून कंदील आत सोडताच, कुणी तरी माणूस आत दिसला. तो पार गळ्याइतका बुडाला होता. आडात पाणी कमी होतं. त्यामुळे तो उभा राहू शकला होता. दोन्ही हातांनी दगडाला धरून राहिला होता.

लव्हार म्हणाला, ''कुणी तरी गडी दिसतोय खरा!''

''गावातला हाय का परगावचा?''

''तोंड नीट दिसत नाही!''

''बरं, आवर. हो आत. वर काढल्यावर कळंल!''

लव्हार बेतानं आत गेला. आडाच्या दोन्ही बाजूंना असलेल्या पायऱ्यांवर फासटलेले पाय देत, हातांनी आधार घेत खाली जाऊ लागला.

बाजूची ओणवी होऊन सगळी मंडळी आत बघू लागली. सूचना देऊ लागली, "बेतानं रे लव्हारा! तोल संभाळ!"

लव्हार काळजी घेतच होता. निसरड्या दगडावरून त्याचे पाय सरासर घसरत होते. पण दोन्ही बाजूंना हात रेटून तो खाली जात होता. एक-एक पाय जपून जात होता. पाय फासटल्यामुळे त्याच्या मांड्यांना रग लागत होती.

मंडळींची उत्सुकता वाढत होती. हातभर माना काढून सगळे आत बघत होते. तोल संभाळून लव्हारावर नजर ठेवत होते.

दारात उभी राहिलेली तात्या अमृताची बायको तिथून विचारीत होती, "गेला का तळाला?"

आत बघणारा तात्या अमृता ओरडून सांगत होता, "नाही... पर जवळजवळ गेलाय."

"मग दिसत असंल की, कोण हाय ते!"

मग तात्या अमृता लव्हाराला विचारीत होता, "दिसतंय का रं, कोण ते?"

लव्हाराकडून नकार आला की, आत घातलेलं डोकं वर काढून बायकोला सांगत होता, "नाही गं, नाही!"

अखेर लव्हार तळाशी पोहोचला. कंदिलाच्या उजेडात त्याला पाण्यात उभ्या राहिलेल्या गड्याचा चेहरा दिसला. डोळे मिटून दातावर दात वाजवीत, गारव्यानं काकडून गेलेला तो गडी गप उभा होता.

वरून बंडानं विचारलं, "कोण हाय रं?"

आवाज उंचावून लव्हार म्हणाला, "कुबडा अमीन!"

"मोमिनाचा?"

"हां!"

"थूत लेका! अरं, आत कशाला उतरलास म्हणावं मरायला?"

चौकोनी चेहऱ्याचा, मोठ्या कानांचा अमीन गारठ्यानं अर्धमेला झाला होता. त्याच्या हनुवटीवर असलेली बोकडासारखी दाढी पाण्यानं निथळत होती. त्याच्या रुंद जबड्यातले करड्यासारखे दात एकमेकांवर खटाखटा आपटत होते.

लव्हार त्याच्या शेजारी पाण्यात उभा राहिला. त्याच्या गुळगुळीत डोक्यावर थापट्या मारून म्हणाला, "ए कुबड्या, सावध होऽऽ सावध!"

अमीननं डोळे उघडले. तोंडानं चमत्कारिक आवाज केला आणि कपारीचे हात सोडून लव्हारालाच मिठी मारली.

तसा लव्हार ओरडला, "अरं-अरं! मला का मिठी घालतोस? थांबऽऽ थांब!"

पण मोमिनानं त्याला सोडला नाही. तो बुटका आणि कुबडा माणूस माकडाच्या पोरासारखा लव्हाराला चिकटला.

वरून बंडा ओरडला, "का रं लव्हारा?"

पाण्यात पडलेल्या घुशीसारखा धडपडत लव्हार ओरडला, "चांगलं वेड आणलं मोमिनानं! बंडाप्पा दुसरा दोर फेका आत. कमरेला फास लावून ओढून घ्या त्याला वर!"

धावाधाव झाली. दुसरा दोर आत फेकला गेला. लव्हारानं अंगाशी डसलेल्या खुळ्या अमीनला झिंजाडून सुटा केला. पाण्यात गटांगळ्या खात तो ओरडू लागला, "अगे मांऽऽ गे! या अल्ला रेऽऽ अबी मरता हूं!"

त्याची मानगूट पकडून वर उचलीत लव्हार म्हणाला, "मरायचं नव्हतं, तर कशासाठी उडी घेतलीस रं आत? आं?"

वरच्या मंडळीपैकी कुणी तरी म्हणालं, "अरारा! भावानं केलेल्या जाचानं जीव दिला कुबड्यानं!"

त्याला कुणी तरी उत्तर दिलं, "काळ आला पर येळ आली नाही! आडात पाणी थोडकं असल्यानं मोमीन बचावला."

या गोष्टी बंडालाही पटल्या. तो म्हणाला, "त्या लोकास्नी काळीजच नाही!"

दरम्यान, लव्हारानं मोमीनच्या कमरेभेवती जाम फास घातला होता. जागोजाग त्याला जखडला होता. दोर हलवून त्यानं इशारा दिला, "हं – घ्या वर बेतानं."

मग मंडळींनी नेट लावून मोमिनाला वर शेंदून काढला. फासातून मोकळा केला.

खाली बसल्या-बसल्याच तो सगळ्यांच्या तोंडाकडं आपल्या खुळ्या डोळ्यांनी बघू लागला, तेव्हा त्याला धीर देऊन तात्या अमृता म्हणाला, "भिऊ नकोस अमीन! तुला कुठं लागलंय का?"

तरी तो वेडा तसाच बघत राहिला.

"अरं, बोल की! लागलं का कुठं?"

थंडीनं लटालटा कापणारा अमीन बोलला नाही. दातांवर दात वाजवीत बसूनच राहिला.

लव्हार वर आला आणि कोरडे कपडे घालीत म्हणाला, "तात्याबा, चगळ पेटवा... मला शेकू द्या!"

लव्हार शेकत बसला. न्हाव्यानं आणि तात्या अमृतानं अमीनला धरून त्याच्या घराकडे नेला. त्याचा थोरला भाऊ दिवा विझवून झोपला होता. तो हळ्या ऐकून जागा झाला. म्हणाला, "कोण हाय?"

"दार उघड पयलं. तुझा अमीन आडात पडला होता!"

दिवा लावून मोमिनानं दार उघडलं. भावाला आत घेतला. आत शिरताच दुखावल्या मांजरासारखा कुबडा मोमीन एका कोपऱ्यात शिरून बसला.

बंडा म्हणाला, "तुमा लोकांना काळीजच नाही! आम्ही बघितलं म्हणून बरं, नाही तर अमीन आज जगत नव्हता!"

"का बरं? काय झालं?"

तात्या अमृता म्हणाला, "आमच्या आडात पडला होता!"

"आडात? कशाला मरायला गेला होता रात्री तिकडं?"

"ते काय ते तुमचं तुम्ही बघा!"

बंडानं पुन्हा रोष दिला, "येडं खुळं हाय ते, तर त्याला नीट संभाळलं पाहिजे तू! दिवसभर मागात बसवून पासोड्या विणून घेतोस त्याच्याकडनं, त्याच्यावर पैका मिळवतोस; मग अशी हेळसांड का?"

मोमीन हातवारे करीत म्हणाला, "कोण करतंय हेळसांड? त्याला इचारा बघू –" आणि अमीनपुढं जाऊन तो ओरडला, "होय रं? मी तुला बिगरभाकरी ठेवलाय? वर्साच्या वर्साला कापडं करायची राहिलोय? आं? बोल?"

पण अमीन गुढगेमिठी देऊन बसला होता, तो बोलला नाही. त्याच्या कमरेभोवती ओलं धोतर तसंच होतं. पाठीचं कुबड काढून तो गप बसून राहिला. पासोड्या, अटपळी विणायच्या मागात बसून-बसून बुटका अमीन कुबडा झाला होता; का त्याचं व्यंग जन्मल्यापासूनचंच होतं, कोण जाणे. उंचीनं बुटका असलेला हा मुसलमान स्वभावानं अगदीच अबोल, खालमुंड्या होता. बाहेरच्याशी नाही ते नाही, पण घरच्या माणसांशीसुद्धा तो क्वचित बोले. त्याची शादी झाली नव्हती. वयानं चाळिशीच्या आसपास असावा. डोळ्यांत नेहमी वेडाची लहर दिसे. पण तसा तो वेडा नव्हता. भाऊ देईल ते खाऊन जनावरासारखी कामं तो बिनचूक करीत असे.

अमीन बोलेना, तेव्हा बंडा न्हावी पुन्हा म्हणाला, "तू जाचात ठेवलास बघ त्याला! त्रासून त्यानं जीव देण्यापायी आडात उडी घेतली!"

हे ऐकून अमीनचा भाऊ रागानं हिरवा-पिवळा झाला! तेव्हा तात्या अमृता न्हाव्याला म्हणाला, "चल रं, त्याचं तो बघील. आपलं काम झालं!"

आणि ते दोघे बाहेर पडले.

मग मोमीन पुढं झाला आणि हातात काठी घेऊन अमीनच्या अंगावर ओरडला, "क्यू रे साले! तुला खाया-प्यायला देतो, ल्या-नेसायला देतो, आन् सुखासुखी आडात जीव द्यायला तुला काय झालं? गावात माझी नाचक्की करतोस?"

आणि त्यानं कुबड्या अमीनला गुरासारख्या धोपट्या घातल्या. अमीन कळवळला. त्याला म्हणायचं होतं की, 'मी जीव दिला नाही; पाणी आणण्यासाठी आडाला गेलो... अंधारात तोल जाऊन आत पडलो. पोहरा आणि दोर अजून आडाच्या तळाशी आहे.' पण तो बोलू शकला नाही. नुसता कळवळत राहिला!

आणि त्याच्या वागणुकीनं नाचक्की झालेला मोमीन त्याला गुरासारखा बडवीत राहिला.

■

जुगार

माझा जुगारावर विश्वास नाही. अगदी बिलकूल नाही. शपथपूर्वक सांगतो की, शब्दकोडी सोडविण्यासाठी मी आजपर्यंत कधीही पेन्सिलीचे टोक थुंकीने भिजविले नाही. लॉटरीची तिकिटे खरीदली नाहीत. रमीचे डाव टाकले नाहीत. शब्दकोडी असलेली वर्तमानपत्रे मी कधी उघडली, तर ती माझ्या पुस्तकावरचा अभिप्राय किंवा कशाही निमित्ताने छापून आलेले माझे नाव वाचण्यासाठी. लॉटरीची तिकिटे मी बघितली आहेत, ती पानपट्टीच्या दुकानात फडफडताना. आणि पत्त्यांतील जुगारी डावाविषयी बोलायचे तर, 'पाच-तीन-दोन' पलीकडे माझी मजल गेलेलीच नाही!

रोज सकाळी वर्तमानपत्र आणण्यासाठी माधववाडीच्या दुसऱ्या मजल्यावरून उतरून जेव्हा मी खाली येतो आणि दुकानात जातो, तेव्हा शब्दकोडी असलेल्या वर्तमानपत्रांच्या ढिगाऱ्यातून साधा मराठी पेपर हुशारीने काढून घेतो. काखोटीला मारतो. दरबारसमोर हिरवी-पिवळी ठिगळे जोडलेला बुशकोट, गळ्यात चट्टेरीपट्टेरी मफलर, डोळ्यांना पांढऱ्या फ्रेमचा गॉगल – असला चमत्कारिक पोशाख केलेला एक विलक्षण माणूस हातातील छोटी बुके वर करून सारखा ओरडत असतो, 'मोऽऽतीय, मोतीय!' – म्हणजे काय परमेश्वर जाणे! – पण माझी अशी समजूत आहे की, आकडा किंवा रेस ह्याविषयी मजकूर असलेली बुके तो विकतो. त्याच्या जवळून मी नेहमी निर्विकारपणे जातो. माझा एक चांगल्यापैकी मित्र रेसचा इतका

वेडा आहे की, आपल्या अपत्यांना त्याने घोड्यांची नावे ठेवली आहेत! कुठल्याही माणसापेक्षा घोड्यावर त्याचा जास्ती विश्वास आहे! आणि रेसच्या मैदानातून आपण पळतो आहोत आणि तमाम घोडे डोळ्याला दुर्बिणी लावून बघत आहेत – असली स्वप्ने त्याला पडतात! सिनेमा कंपनीचे मालक असलेले एक हुशार गृहस्थ सारखे अडीच दिवस रमी खेळत बसलेले मला माहीत आहेत आणि बेचाळीस साली सांगलीला असताना 'आकड्या'च्या नादाने सर्वस्व घालवलेला एक व्यापारी मी बघितला आहे!

सभोवार चाललेला हा भयंकर जुगार बघून माझा जुगारावर विश्वास नाही, ही गोष्ट जाणवून मी स्वत:वर विलक्षण खूश होतो. आजूबाजूला जुगाराची ही इतकी साधने असताना, त्यापासून अलिप्त राहणारा मी खरोखरीच मोठा माणूस नव्हे काय? हा विलक्षण संयम माझ्यापाशी कसा आला? असे असणे शक्य आहे की, जुगारासारखी असभ्य आणि जोखमीची गोष्ट करण्याइतपत धैर्य अंगी नसल्यामुळे मी त्यापासून बाजूला आहे, असे दिसते. चोरी करण्याचे धैर्य आणि हुशारी अंगी नसल्यामुळे चोरी न करणारी पुष्कळशी माणसे सभ्य आणि चांगली राहिलेली असतात. पण माझे तसे नाही. असभ्य समजल्या जाणाऱ्या पुष्कळ गोष्टी मी केल्या आहेत. दुकानदाराने चुकून दिलेली जादा मोड निर्विकारपणे खिशात घातली आहे. तिकीट न काढता लोकलने प्रवास केला आहे! अहो, मी आणखी 'खूप' केले आहे! मग?

फार लहानपणापासून मला स्त्री आणि पुरुष यातला फरक, त्यांचे परस्परांशी असणारे संबंध कळत होते.

त्या काळी नवीनच बदलून आलेल्या मामलेदारांची सुलू मला फारच आवडली होती. गोरी-गोरीपान. घाऱ्या डोळ्यांची. लाल-लाल ओठांची. तिने मला आपला प्रियकर समजावे, अशी माझी फार इच्छा होती. म्हणून तिला एक सुरेखसे प्रेमपत्र लिहीत, मी देवघराच्या आडोशाला बसलो होतो. एवढ्यात आईची हाक ऐकू आली. गिरणीतून दळून आणण्याचे रुक्ष काम तिने मला सांगितले. तसे ते रुक्ष नव्हते. कारण गिरणीतला विठू दळायला आलेल्या बायकांशी जो फाजीलपणा करी, तो बघणे मला आवडत असे. पण सुलूला पत्र लिहिण्याचे वेळी हे काम येणे, हा दैवदुर्विलास होता. मी ओरडून-आरडून आईला दमदाटी केली, "मी आणणार नाही दळून. मला अभ्यास आहे!"

पण वडीलमाणसांना आणि त्यातल्या त्यात आईला – वांड पोरांकडून कामे कशी करून घ्यावीत, हे बरोबर कळते! गयावया करून ती म्हणाली, "जा रे माझ्या राजा, शहाणा ना तू?" आणि मग स्तुतीच्या या गळाला तिने सुरेख आमिष लटकावून दिले. "खाऊ देईन तुला!"

'खाऊ' हा मोघम शब्द मोठा फसवा आहे. खाऊवस्तूंचा निश्चित बोध त्यामुळे होत नाही. आणि आईच्या बाबतीत तर त्या शब्दाच्या अर्थाला मुळीच निश्चितता नव्हती. मुगाच्या डाळीपासून तो तिळाच्या दाण्यांपर्यंत ती काहीही जिन्नस खाऊ म्हणून देई! हरबऱ्याची भिजकी डाळ, चिंचेचे बोटूक, शेंगदाणे, साखरेची चिमट – असल्या अनेक चीजा 'खाऊ' म्हणून ती आमच्या हातावर टिकवी. हा अनुभव असल्यामुळे मी शहाणा बनलो होतो.

"खाऊ काय देणार?"

"देईन काही तरी!"

"काही तरी नको; काय देशील ते सांग!"

"देईन खजुराच्या बिया!"

वस्तू निश्चित झाली. पण तेवढ्यावरच करार करणे धोक्याचे!

"किती देशील?"

"किती छळशील मेल्या!"

"मग मी नाही आणणार जा!"

"बरं- बरं. देईन चार बिया."

"सहा देशील, तर आणीन!"

"बरं देईन. जा!"

विसारादाखल दोन खजूरबिया मी वसूल केल्या आणि डोक्यावर दळणाचा डबा घेऊन दांडेकरांच्या गिरणीकडं निघालो. दळणाबद्दल विठूला द्यावा लागणारा एक आणा गालात ठेवून दिला. गूळ-खोबऱ्यासारखे पदार्थ खिशात ठेवल्यामुळे माझ्या चड्डीचे खिसे नेहमीच उंदरांनी कुरतडलेले असत, म्हणून पैशासारख्या मूल्यवान वस्तू ठेवायला गालाचा खिसाच मी नेहमी उपयोगात आणी.

डोक्यावर दळणाचा जड डबा घेऊन आणि तोंडात आणा ठेवून, लंगडी घालीत जात असताना, वाटेतच मिराशी फौजदाराचा बंडू मला भेटला. बारीक डोळ्यांच्या ह्या गब्दुल पोराएकी माझ्या मनात अपार आदर आणि थोडासा दरारा होता, कारण तो फौजदाराचा मुलगा होता. त्याचा शर्ट नेहमी चड्डीच्या आत खोचलेला असे. गोळ्या खाऊन तोंड चिकट झाले म्हणजे ते पुसण्यासाठी तो हातरुमाल वापरीत असे. पुस्तकांचे कातडी पाकीट, चकचकीत बूट आणि सायकल – असल्या भारी वस्तू त्याच्या मालकीच्या होत्या. आणि विशेष म्हणजे, संडासात लिहितात तसल्या खूप गमती त्याला ठाऊक होत्या!

मी दृष्टीस पडताच त्याने आपले दोन्ही हात रुबाबदारपणे चड्डीच्या खिशात कोंबले. बापाप्रमाणे मान वाकडी केली आणि म्हटले, "काय यार, कुठे निघालास?"

त्याने आपल्या दोन्ही पायांमध्ये अंतर ठेवले होते आणि टोपी अगदी अव्यवस्थित

घातली होती. कमरेच्या कातडी पट्ट्याचे टोक बेफिकीरपणे सुटू दिले होते. गालातला आणा संभाळीत मी म्हणालो, "दळून आणायला! तू?"

"मी? चाललोय जरा बाजाराकडे – जुगार खेळायला!"

माझा आदर जास्ती वाढला. जुगार कसा खेळतात – हुतूतूसारखा की आट्यापाट्यासारखा, ते मला नीटसे माहीत नव्हते.

"कसा खेळता बुवा तुम्ही जुगार?"

"हात् तिच्या! त्यात काय? तू येतोस का? शिकवीन तुला!"

मला मोह अनिवार झाला. पण डोक्यावर दळणाचे ओझे होते. तोंड वाईट करून मी म्हणालो, "आलो असतो रे... पण मला दळून आणायचं आहे."

"हात् तिच्या! दळण काय, केव्हाही आणता येईल. फार वेळ नाही लागणार. चार-पाच रुपये मिळवलेस की परत फीर तू!"

जास्ती विचार न करता मी त्याच्याबरोबर गेलो.

बाजारात एका आडोशाला पाल ठोकले होते. बरीच गर्दी जमली होती. दोन्ही हातांनी डोक्यावरचा डबा संभाळीत मी त्या गर्दीत बंडूच्या पाठोपाठ घुसलो.

किलवर, बदाम काढलेले मेणकापड पुढे घेऊन सोनेरी दातांचा एक माणूस आरडाओरड करून लोकांना खेळण्यासाठी उत्तेजित करीत होता. हातातील डबडे खडबडावीत म्हणत होता, "हय्; लाट्या लंबरऽऽ लाट्या लंबर – रुपयावर शंभर रुपये! बाबा, बसून कमाई!"

आजूबाजूचे लोक आणा-दोन आणे लावीत होते. सोनेरी दातवाला डबडे पालथे टाकीत होता. किलवर-बदामचे छाप असलेले ठोकळे उलथेपालथे पडत होते. कुणी आणा कमवीत होता, कुणी आणा गमवीत होता. लाट्या लंबरवाला ढिगाने पैसे ओढीत होता. खरोखर, हे सारे विलक्षण होते. थक्क करणारे होते!

बंडू पुढे झाला आणि खिशातून एक आणेली काढून त्याने बदामावर लावली. आणखीही कुणी-कुणी पैसे लावले. 'लाट्या लंबर' डबडे घोळू लागला. माझी अधीरता वाढली. ह्या जुगारात बंडू आता किती पैसे मिळवितो, ह्यासाठी मी उत्सुकतेने बघू लागलो. आणि काय आश्चर्य – बंडूला पैसे मिळाले! एका आण्याला चार आणे मिळाले. नव्या उत्साहाने बंडू पुन्हा खेळला. पुन्हा त्याला डाव मिळाला. बंडू जिंकतच राहिला. आजूबाजूचे लोक म्हणाले, "पोराचं नशीब मोठं आहे!"

लाट्या लंबरवाला डोळे मोठे करून बंडूकडे सारखा बघू लागला. तरी पण बंडू भ्याला नाही, खेळतच राहिला. आणि आणेल्यांनी त्याचा खिसा जड झाला.

मग माझ्याही अंगात वारे शिरले. बंडूचा खांदा ओढून मी म्हणालो, "मला खेळू दे ना – एकटाच काय खेळतोस?"

कारण त्यानेच मला ह्या वाटेस आणले होते!

मिळालेल्या रकमेमुळे बंडू इतका बेहोश झाला होता की, एक अख्खा आणा माझ्या तोंडावर फेकून तो म्हणाला, "खेलो यार, खुशीसे खेलो!"

दळणाचा आणा गालात नीट धरून मी मांडी ठोकली. टोपी कलती केली. केस कपाळावर आणले. चेहरा बदमाशासारखा केला आणि आणा लावला.

आजपर्यंतचा माझा अनुभव असा आहे की, दैव माझ्या बऱ्यावर आहे. जबरदस्त निराशेचे आसूड माझ्यावर ओढण्यात त्याच्याकडून नेहमी कुचराई होत आली आहे. मी आणा लावला आणि मला चार आणे मिळाले! त्याबरोबर धूर्तपणे मी बंडूचा आणा त्याला देऊन टाकला. तीन आणे गालात ठेवले आणि डबा उचलून चालू लागलो. पण सदऱ्याच्या टोकाला धरून बंडूने मला मागे ओढले. म्हटले, "वा रे! तीन आणे मिळाल्यावर हललास काय? अरे, खेळ! खिसा भर रुपयांनी आणि मग जा!"

खिसा भरण्याच्या कल्पनेवर मी फारसा खूश नव्हतो. बंडूने हिणवू नये, म्हणून डबा ठेवून पुन्हा खेळायला बसलो. आणा लावताना सुरुवातीला मी मनातल्या मनात देवाचं नाव घेई. कपाळाला लावी. त्यामुळे मला भराभर डाव मिळत गेले. थोड्याच वेळात माझ्यापाशी एक रुपया जमला. सोळा आणे – ज्यात मी 'लिंबू'च्या बत्तीस बाटल्या पिऊ शकलो असतो! टोपलीभर बटर-बिस्किटे खाऊ शकलो असतो! आणखी काय वाटेल ते करू शकलो असतो! मी बेहोश झालो. आणि सामान्यत: बेहोशीने जे होते, तेच घडले. एक-एक आणा करीत मी मिळविलेला रुपया तर हरलोच; पण जवळचा एक आणाही घालवून बसलो! तरीसुद्धा माझी बेहोशी उतरली नाही. बंडूकडे बघून मी ओरडलो, "बंडू, माझा एक आणा दे!"

तेव्हा बंडूने मान हलवली. माझ्यासारख्या हरणाऱ्या माणसाला दिलेले कर्ज, म्हणजे कधीही परत न मिळणारी रक्कम, हे त्याला कळत होते. म्हणून त्याने नकारार्थी मान हलवली. माझे वय अगदीच लहान होते आणि विशेष समजही नव्हता. त्यामुळे दळण विकावे आणि जुगार खेळावा, ही साधी गोष्ट माझ्या डोक्यात आली नाही. डबा डोक्यावर घेतल्या-घेतल्या मी काही वेळ खेळ बघत उभा राहिलो आणि मग सावकाशीने गिरणीकडे गेलो.

धुराड्यावरचे मडके उड्या हाणीत होते. भुक्ऽऽ भुक्ऽऽ आवाज होत होता. आत फळ्यांवर टोपल्या-डब्यांचे नंबर लागले होते. उडालेल्या पिठाने पांढरा शुभ्र झालेला विठू बायकांची चेष्टा करीत होता. पण मी त्याची मजा घेऊ शकलो नाही. नंबर लावून उगीच उभा राहिलो. विठू उधार दळून देणार नाही, याची मला खात्री होती. कारण आमच्या घरचे दारिद्र्य सगळ्या गावाला माहीत होते. कुणीही आम्हाला उधार देत नसे. आमची पत खलास झाली होती. मग मी धूर्तपणे विचार केला की, विठूने चक्कीत दळण ओतीपर्यंत काही बोलू नये. दळण ओतले की

हळूच म्हणावे, 'विठू, पैसे मांडून ठेवायला सांगितलेत.' मग त्याचा नाइलाज होईल आणि आपले काम होईल. हा विचार पक्का करून मी साळसुदासारखा उभा राहिलो.

अखेर माझी पाळी आली. संशयपूर्ण नजरेने माझ्याकडे बघत विठू आला आणि डब्यावर हात ठेवून मला म्हणाला, "पैसे आणले आहेस का?"

त्याचा हा प्रश्न अनपेक्षित होता. तरी पण न डगमगता मी मान हलवली आणि ओरडून उत्तर दिले (गिरणीत नेहमीच ओरडून बोलावे लागते.), "नाहीत. मांडून ठेवायला सांगितलेत दादांनी!"

त्यासरशी डब्यावर एक थाप मारून तो म्हणाला, "भीड भिकेची बहीण!"

आणि माझ्यानंतरचा डबा घेऊन गेलाही. शेजारची बाई फिदीफिदी हसली. दुःखपूर्ण अंतःकरणाने न दळलेला जोंधळ्याचा डबा उचलून मी घराकडे आलो.

आई वाटच बघत उभी होती. मी दिसताच म्हणाली, "किती रे उशीर? बारीक दळलंय ना?" आणि तिला आढळून आले की, नेलेले जोंधळे तसेच परत आले आहेत!

"हे रे काय – जोंधळे तसेच आणलेस?"

मी ठोकून दिले, "गिरणी बंद आहे!"

पण असल्या सबबी मोठी माणसे ऐकून घेत नाहीत. आईने माझा कान पकडला आणि स्वतःची मान कलती करून ती म्हणाली, "ऐक!"

कान देऊन ऐकताच मला कळून आले की, गिरणीचा आवाज ऐकू येतो आहे. माझी अशी समजूत होती की, गिरणी चालू की बंद, हे समजण्यासाठी तिथे जाऊनच बघायला हवे आणि ते आई करणार नाही. (कारण मग तिनेच नसते का दळून आणले?) आणि साहजिकच तिचा माझ्या सांगण्यावर विश्वास बसेल. पण कानाचा उपयोग करून घरबसल्या ही गोष्ट कळू शकते, हे आईने मला पटविले!

"आहे ना चालू गिरणी? मग का आणलं नाहीस दळून?"

मी नव्या सबबी शोधू लागलो. आईच्या मनात एकाएकी एक शंका आली.

"आणा कुठाय मी दिलेला?"

"वाटेत हरवला!"

"चल, दाखव कुठं हरवला ते!"

गिरणीकडे जाणारा रस्ता अर्धा चालून जाईपर्यंत मी तोंड उघडले नाही. आई बारीक डोळ्यांनी शोधीत होती. तिच्या नजरेतून इंच-इंच रस्ता तपासला जात होता. पण न हरवलेला आणा सापडणार कसा? शेवटी मला तिची दया आली. थांबून म्हणालो, "खरं सांगायचं म्हणजे, आणा हरवलाच नाही!"

"हात् मेल्या! मग शोधायला का लावलंस मला? हरवला नाहीस, तर काय केलास?"

दुसरी एखादी चांगली सबब न सुचल्यामुळे मी खरी गोष्ट सांगून टाकली, ''मी जुगार खेळलो; त्यात आणा हरलो!''

माझ्या उत्तराने आई इतकी हतबुद्ध झाली की, तिनं मुळीच हात उचलला नाही. दरादरा ओढीत वडिलांपुढं उभं करून ओरडा केला, ''वीतभर नाही तोवर कार्टं जुगार खेळू लागलं! शर्थ झाली गं बाई ह्याच्यापुढं!''

नेहमीच्या शांतपणाने वडिलांनी माझी कबुली घेतली, ''काय रे, जुगार खेळलास?''

मी मानेने होकार दिला, कारण नकार देऊन तरी काय उपयोग?

त्यासरशी वडील म्हणाले, ''दौत, बोरू आणि एक कार्डबोर्ड घेऊन ये!''

ह्या जिनसा त्यांना कशासाठी लागणार आहेत याचा बोध न झाल्यामुळे मी गोंधळलो. जुगार खेळण्याच्या भयंकर गुन्ह्याबद्दल मला काही शिक्षा होत नाही, हे ध्यानी घेऊन आई लाटणं आणण्यासाठी स्वयंपाकघरात गेली. वडील शांतपणे पुन्हा म्हणाले, ''जा – दौत, लेखणी आणि कार्डबोर्ड घेऊन ये!''

मग मी हललो. ते साहित्य घेऊन आलो.

''हे घ्या.''

''आणलंस! ठीक. मांडी घालून बैस आणि लिही – 'हा मुलगा जुगार खेळला'!''

वळणदार अक्षरांत मी हे वाक्य लिहिले. मग वडिलांनी भोके पाडून तो बोर्ड माझ्या गळ्यात अडकवला आणि बोटाला धरून मला सर्व गल्लींतून फिरविले!

दुकानावरील पाटीप्रमाणे पोरेटोरे माझ्या गळ्यातील बोर्ड मोठमोठ्याने वाचत आणि तोंडाला हात लावून फिदीफिदी हसत. वरकरणी मी त्यांच्यावर दात-ओठ खात होतो, पण खरं तर मला मेल्याहून मेल्यासारखे झाले होते.

फिरता-फिरता आम्ही मामलेदाराच्या घराशी आलो आणि दारात उभ्या राहिलेल्या सुलूनं ती पाटी वाचली. दुष्टपणानं हसून ती आत पळाली.

...आणि जुगारावरचा माझा विश्वास उडाला!

■

दीर-भावजय

दुपारच्या वेळी गंगू ओसरीवर बसली होती – एक गुडघा उभा करून आणि गालावर हाताचा मुटका टेकून. समोरच्या अंगणात तिने सांडगे वाळत घातले होते. पांढऱ्या स्वच्छ धोतरावर उठून दिसणाऱ्या पिवळ्या सांडग्यांमुळे गावातले कावळे चाळवले गेले होते. ते सारख्या घिरट्या घालीत. दोन पायांवर उड्या घेत. सांडग्यांपाशी पोहोचत आणि वाकड्या मानेने गंगूकडे बघत. धिटाईने बघत. मग गंगू चवताळून उठे आणि हातवारे करीत ओरडे, ''अरे, हाड्या ऽ हाड्याऽ ड्याऽऽ''

कावळे उडून जात आणि माळवदावर बसून अधाशीपणाने सांडग्यांकडे बघत. मग गंगूला जास्तच चीड येई आणि ती आपल्या थोरल्या दिराला शिव्या देई! 'सगळ्या गावात त्यालाच इतका मान का मिळावा? तो काय राजा आहे का प्रधान आहे? बघितला तर साधा कुलकर्णी. तोही थोरला म्हणून. माझा नवरा थोरला असता, तर त्यालाच मिळाली असती ही सगळी बडेजावी; पण माझं मेलीचं नशीब नको का? तितकं पुण्य नको का? थोरल्या दिराचा बडेजाव बघून कुढत बसणेच माझ्या नशिबी आहे. भावाच्या ओंजळीतून पाणी पिणाऱ्या यांच्या हातून काय होणार! त्याच्यापुढे 'हां जी – हां जी' करतील. त्याची पोरे घेऊन गावभर हिंडतील. त्याच्या बायकोनं सांगितलेली कामे चाकरीच्या गड्यासारखी निमूट करतील! शर्थ आहे गं बाई यांच्यापुढे!'

गंगूने बसण्याची तऱ्हा बदलली. नाक मुरडले व लांबलचक सुस्कारा सोडला.

भिंतीपलीकडे तिची थोरली जाऊ मऊसूत गादीवर वामकुक्षी करीत होती. तिचा तालेवार नवरा चावडीवर गेला होता. तिची गुटगुटीत आणि दिसायला चांगली असलेली मुले घेऊन तिचा धाकटा दीर रानात गेला होता.

– आणि इकडे गंगू सांडग्यांवर नजर ठेवीत उगीच बसली होती. तिच्या अंगावर धड लुगडे होते; पण दिराने दिलेले. तोच तिचे घर चालवीत होता. मोठ्या घरात मध्ये भिंत घालून घरे जरी दोन झाली होती, तरी अद्याप पुढचे अंगण सामायिकातच होते. शेतीभातीही अद्याप वाटली नव्हती. सारा कारभार थोरला दीरच संभाळीत होता. आणि ह्याच गोष्टीचे वैषम्य गंगूच्या मनाला जाळीत होते; तोडीत होते.

गंगूचा नवरा अगदी मवाळ होता. कमी बोलणारा, कमी हसणारा, कमी रागावणारा. आई मेलेल्या वासरासारखा तो नेहमी दीनवाणा दिसे. त्याला गावात मुळीच मान नव्हता. सरकारदरबारी त्याची ओळख नव्हती, वजन नव्हते. मोठ्या झाडाखाली उगवलेल्या रोपाप्रमाणे तो खुरटला होता. त्याला स्वतंत्र असे जणू अस्तित्वच नव्हते. बाळाजी कुलकर्ण्यांचा धाकटा भाऊ म्हणूनच त्याला आजूबाजूचे लोक ओळखीत होते. आणि त्या बिचाऱ्याला ह्या अपमानास्पद गोष्टीची बिलकूल जाणीव नव्हती; ती धूर्त, कावेबाज आणि कुजक्या मनाच्या गंगूला होती! दिराची भरभराट बघून तिच्या अंगाचा तिळपापड होत होता. एखाद्या रोगाने तो रुबाबदार मिशांचा गोरपान माणूस उलथावा, सगळा कारभार आपल्या नवऱ्याकडे यावा आणि चांगल्या साड्या, भरगच्च दागिने वापरणाऱ्या जावेला आपण राब-राब राबवावी, उपाशी ठेवावी, लाथाळावी – असे तिला सारखे वाटत होते!

गंगू उठली आणि तरातरा परसदारी गेली. मग तिच्या लक्षात आले की, कावळे सांडगे खातील... आणि पायातली जोडवी वाजवीत ती पुन्हा अंगणात आली. दरम्यान, एक कावळा सांडगा उचलून पळाला होता. ते ध्यानात येताच ती अंगणाच्या मध्यभागी येऊन उभी राहिली आणि पडवीत दुपारची वामकुक्षी करीत असलेल्या जावेच्या दिशेने हातवारे करीत ओरडली, “अगं कुजके! समोर असून कावळा हाणला नाहीस! डोळे फुटले होते, का वाचा बसली होती, का हातपाय मोडले होते?”

सुखामुळे सुटलेली जाऊ ह्या कडाक्यासरशी जागी झाली आणि घाबरल्या नजरेने मागे-पुढे बघू लागली. तशी गंगू पुन्हा गरजली, “कावळा हाणला असतास, तर तुझ्या जातीला काही बट्टा लागला असता; का तुझ्या रुपयाचे बारा आणे झाले असते?”

जाऊ काही वेळ गप झाली व मग काय झाले असावे, हे तिच्या ध्यानी आले.

काकुळतीला येऊन ती बोलली, "मी नाही हो पाहिलं! वाटकुळची माझी झोप लागली होती. मला ठाऊकसुद्धा नाही, केव्हा कावळा आला ते!"

"हो-हो, नसेल तर काय! मला कळतात बरं ह्या गोष्टी! सगळं समजतं मला. पण नवऱ्याच्या मोठेपणानं इतकी मातून नको जाऊस? ह्या दुनियेत रावाचे रंक एका घडीत होतात!"

जावेला जावेचा स्वभाव ठाऊक होता. गंगूच्या तोंडाला लागण्यात अर्थ नाही, हे कळत होते. पदर सावरून ती उठली आणि चूळ भरण्यासाठी मागील दारी गेली. ती गेली, तरी कमरेवर हात देऊन गंगू बोलतच राहिली. रागारागाने तिचा काळा चेहरा आमसुली रंगाचा झाला! ओठांच्या कडेशी थुंकी साचली. सांडग्याचे धोतर गोळा करून तिने आपले अंगण खराट्याने खराखरा लोटले! आणि सारा केरकचरा, चिपाडे, शेण, दगड-माती जावेच्या अंगणात लोटली. जोत्याच्या कडेशी बसून डुलकी घेणाऱ्या तिच्या कुत्र्याला धोंडे मारून बाहेर पळवले. तिच्या पोरांनी खेळता-खेळता अंगणात आणून टाकलेले उलथने हुशारीने उचलून आपल्या घरात आणून ठेवले!

दरम्यान पलीकडे वरच्या आळीची मीरा बसायला आली होती. तिच्याशी बोलता-बोलता थोरली जाऊ चहा करीत होती. चुलीचा धूर भिंतीवरून अलीकडे येत होता. ते ध्यानात येताच, गंगू भिंतीला कान देऊन त्यांचे बोलणे ऐकू लागली!

जाऊ हलक्या शब्दांत सांगत होती, "वीट-वीट आलाय बघा मला! ह्यापेक्षा सरळ विभक्त व्हावं. अहो, काही तरी कारण काढायचं आणि वाईट-वकटं बोलायचं. त्याला कुणी तोंड द्यावं? आणि..." इथे तिचा आवाज आणखी खाली आला. "उचली तर एक नंबरची आहे! पोराबाळांनी एखादं भांडंकुंडं बाहेर टाकलं की, चट्कन ओच्यात घालून घरात नेऊन ठेवती आपल्या!"

हे ऐकलं आणि गंगू रागानं वेडी झाली! पडलेल्या खरकट्यावरून सरासरा शेणगोळा फिरवून तिने तो जाऊच्या परसदाराकडे भिरकाविला. बोटे मोडली. शाप दिला, "वाटोळं गं होईल! अन्नान्नदशा होईल! भिकेला लागाल!" तरीही तिचे समाधान झाले नाही. दिराचा पाणउतारा केल्याशिवाय तिच्या मनाला समाधान वाटणार नव्हते. त्याने चावडीवर का बसावे? साऱ्या लोकांनी त्याला का मान द्यावा? त्याची थुंकी का झेलावी? असा कोण तो बाजीराव लागून गेलाय? आँ? कोण नाही तो! त्याला कुणी विचारू नका! कुण्णी रामराम घालू नका! अरे, सगळे मिळून लाथेने चेचा त्याला!

संतापाच्या भरात गंगूने दात-ओठ खाल्ले. मुठी वळवल्या. कोपऱ्यात जाऊन ती बदकन खाली बसली, तेव्हा मागच्या भिंतीतून वर आलेला दगड तिच्या पाठीला लागून सणसणीत कळ आली. पाठीवर हात देऊन, पुढे वाकून, तिने डोळे मिटले

आणि ती कळ निमूट सोसली. ओठावर ओठ दाबून सोसली आणि मग तिने धुण्याचा एक भला मोठा बोजा तयार केला. फाटकीतुटकी घोंगडी, पासोड्या, चिंध्यापांध्या सारे धुवायला काढले. अंगावरचे लुगडे सोडले अन् एक आखूड फडके (जुनेरे) लावून घेतले. आणि तो बोजा डोईवर घेऊन तसल्या वेषात ती बाहेर पडली!

बाळाजी बाजीराव चावडीत पालथी मांडी घालून बसला होता. तीस-पस्तीस वयाचा. भक्कम शरीराचा. घोसदार मिश्यांचा. भल्याभल्यांना उडवून लावणारा. वाघ-शेळीला एका जागी पाणी पाजणारा! त्याच्या डोईवर जरीकाठी रुमाल होता. अंगात बाराबंदी होती. खाली करवतकाठी धोतर होते. पालथ्या मांडीवर ठेवलेल्या बुकात तो वळणदार अक्षरात कामकाज लिहित होता. वरचेवर ठोकळ्यातली मऊ वाळू ओल्या अक्षरांवर टाकीत होता.

धुण्याचा बोजा डोक्यावर घेतलेली, 'आडवे' लावलेली गंगू आडवळणाने विहिरीवर जाण्याचे सोडून थेट चावडीवरून गेली! चावडीत चार प्रतिष्ठित मंडळी आणि दीर होता, तरी असल्या वेषात तरातरा निघून गेली! आणि, हे बाळाजीने पाहिले. त्याच्या उग्र चेहऱ्यावरचे स्नायू हलले. घाऱ्या डोळ्यांत रागाची लहर आली. पण किती? कळत-नकळत! आणि मग पुन्हा तो खाली मान घालून कामकाज लिहू लागला. चावडीतील इतर मंडळी थोडीबहुत दबकली. शरमली. कुलकर्ण्यांच्या भावजयीनं चावडीपुढून अशा वेषात जावे म्हणजे काय! आता बाळाजी घरी जाऊन कसा गोंधळ घालील!

गंगू झपाझप विहिरीवर गेली. मोट चालू होती. वाफ्यात उतरून तिने धबाधबा धुणे बडवले. खसाखसा चोळले, पिळले आणि ओला झाल्यामुळे जड लागणारा तो बोजा वागवीत ती पुन्हा आली. चावडीसमोरून तरातरा गेली! जागोजाग अंग भिजलेले. हातापायांची कातडी गारठून सुरकुतलेली. गंगू चावडीसमोरून धीटपणे गेली आणि याही खेपेला बाळाजीने तिला पाहिली. आपल्या भावाची बायको एखाद्या मुरळीसारखी चावडीसमोरून पदर न घेता, न लाजता-सवरता गेली, हे बाळाजीने नीट बघितले!

संध्याकाळ झाली. भावाची मुले कटी-खांद्यावर घेऊन लखोबा घरी आला. वहिनीपाशी पोरे सोडून आपल्या घराच्या ओसरीवर येऊन बसला. धुळीने भरलेले पाय झाडीत म्हणाला, "अगं, मला थोडं पाणी देतीस का?"

घरातले दिवे लागले होते. पलीकडे कंदील होते. गंगूच्या घरी समई होती, तीही स्वयंपाकघराच्या मध्यभागी. मंद प्रकाश होता. भानवटीला टांगलेल्या शिंक्यात ज्वारीच्या भाकऱ्या होत्या. त्यांचा खमंग वास मातीने सारवलेल्या भिंतीच्या वासाला मारत होता. समईपाशी तळहातावर वाती करीत गंगू बसली होती. नवऱ्याचे बोलणे

तिने ऐकले न ऐकलेसे केले.

इतक्यात अंगणात जोडा वाजला. खूप मोठ्याने खाकरणे ऐकू आले आणि त्यापाठोपाठ गर्जना झाली, "लख्याऽ!"

ओसरीवर बसलेला लखोबा खाली मान घालून समोर गेला. केवळ हाकेच्या धारेने त्याने प्रसंग जाणला. पोरे घाबरून आईला बिलगली. त्यांना पोटाशी धरून थोरल्या जाऊबाई परसदारी जाऊन उभ्या राहिल्या. त्यांना हे बोलणे ऐकवले नसते. गंगू मात्र स्वयंपाकघराबाहेर येऊन भिंतीच्या आडोशाला उभी राहिली.

आणि मग फटाक्यांचा सर उडावा तसे शब्द झडले –

"लेको! यापरीस बायका नेऊन विहिरीत का ढकला ना? डोक्यात धोंडा घालून मारा ना का? वर्षाची दोन लुगडी आणि चोळी यांचा तरी खर्च वाचेल! चांगल्या ब्राह्मणाच्या कुळात जन्माला आला म्हणावं आणि ही मुरळ्यांची वागणूक कुठून उचलली? मला हे असं खपणार नाही! मला असलं बघण्याची सवय नाही! काय?...."

लखोबाने खाली घातलेली मान वर केली नाही. भावासमोर काही बोलण्याचा धीर त्याला नव्हताच. तो आपला मुकाट ऐकून घेत होता. भावाच्या बोलण्याने भिऊन 'गट्‌गोळा' झाला होता.

"...अंगावर सुडकं नाही धड आणि थेट चावडीसमोरनं गेली गाढवी! मी बसलोय, चार मंडळी बसलीत. काय लाज-अब्रू? जनाची नाही, मनाची तरी! काय, डोकंबिकं फिरलंय काय?...."

काय प्रकार झाला असावा, हे हळूहळू लखोबाच्या ध्यानी येऊ लागले होते. भिंतीच्या आडोशाला उभी राहिलेली गंगू हे ऐकून घेत होती. तिच्या नाकपुड्या फुगून हलत होत्या. ओठ थरथरत होते. दिराचा आवाज खूप चढला होता. परसदाराशी उभ्या राहिलेल्या थोरल्या जाऊबाईंनासुद्धा त्यातील शब्द स्पष्ट ऐकू येत होते....

"...का दारूबिरू घेती अलीकडे? आँ? होय रे, ए शुंभा? तोंड आहे का बोलायला?...."

भावाच्या संतापाने, बोलण्याने लखोबाचा गळा दाटला होता. त्याच्या डोळ्यांत पाणी उभे राहिले होते.

"...मूर्ख! गाढव आहे तुझी बायको! तिला लाथा घाल... कुत्री बडवल्यासारखी बडव एकवार! बाकी तुझ्या हातून काय होणार! पण तिनं आज माझा पाणउतारा केला! बाळाजीची भावजय चावडीपुढून अशा वेषात गेली, हे सगळ्या गावात झालं असेल. अशी बाई घरात राहण्यापेक्षा मेलेली बरी! काही तिच्यावाचून अडणार नाही. हां!"

जवळजवळ तब्बल एक तास बाळाजी बोलत होता. फाडफाड बोलत होता.

त्याला माहीत होते की, हे बोलणे गंगू ऐकते आहे. पण त्यासाठीच तर तो बोलत होता आणि चिंचेच्या ओल्या फोका ओढाव्यात तसे शब्द ओढीत होता. त्या प्रत्येक फटकाऱ्याने गंगू विव्हळ होत होती. तिला हा मार नवा होता. विलक्षण होता. लग्न होऊन आठ वर्षे झाली होती, पण दीर कधी असा बोलला नव्हता! कधी असा संतापला नव्हता! असले बोलणे गंगूने बापजन्मी ऐकले नव्हते!

मग थोरल्या जाऊबाईंनी धीर दिला. चौकटीच्या आतच उभ्या राहून त्या हलक्या आवाजात म्हणाल्या, ''पाय धुवायला काढलेलं पाणी निवून चाललंय.''

त्यासरशी ही सरबत्ती थांबली. रुमाल खुंटीला अडकवून बाळाजीने पाय धुतले आणि संध्येसाठी तयारी केली.

लखोबाला घरी जाववले नाही. मान खाली घालून आणि खांदे पाडून तो थेट गावाशेजारच्या मळ्यात गेला आणि अंधारातच बैलाला गोंजारीत बसला.

बाळाजीचे जेवण आटपले. पान खाऊन तो उठला आणि सोंगट्या खेळण्यासाठी दौलूबापूच्या वाड्यावर गेला. थोरल्या जाऊबाईंची पोरे झोपेला येऊन थोडा वेळ रडली. त्यांना गाणे म्हणत, थोपटीत त्या बसल्या. पोरे झोपली, तशी उष्टी-खरकटी आवरू लागल्या. पण पलीकडे काही हालचाल त्यांना दिसली नाही. दिवाही दिसला नाही. 'दीर-जाऊ जेवली की नाही? घरात अद्याप दिवासुद्धा कसा लागला नाही?' ह्या विचाराने मनात गोंधळ झाला, तेव्हा ओला हात पदराला पुशीत त्या बाहेर आल्या आणि हलकेच गंगूच्या ओसरीवर गेल्या. अंधारात उभ्या राहून त्यांनी हाका मारल्या.

''गंगूऽऽ गंगूऽऽ भावजीऽ!''

एक नाही, दोन नाही. तेव्हा कंदील घेऊन त्यांनी बघितले, तर दार बंद होते. कुलूप ठोकले होते. आणि दोघेही नवरा-बायको कुठे निघून गेली होती. 'दोघे कुठे गेली? कदाचित भावजी रागेजून निघून गेले असतील आणि त्यांना शोधायला म्हणून गंगू बाहेर पडली असेल... काही का असेना, थोडी वाट बघावी. अद्याप काही जेवणवेळ टळलेली नाही.' मग जाऊबाई आपल्या घरी गेल्या आणि मुलांच्या शेजारी सहज आडव्या झाल्या.

लखोबा जनावराशेजारी बस-बस बसला. रानातला वारा भरारून सुटला. सगळीकडे भकास वाटू लागले. वेळ गेला, त्यामुळे रागाची आचही निवली आणि मग हळूहळू तो घरी आला.

घरात अंधार होता. 'ही न जेवताच झोपली काय?' त्याने अंधारातच दारावर हात ठेवला – तो कुलूप? 'म्हणजे? कुलूप लावून ही अशा वेळी कुठे गेली? घर सोडून कधीही न जाणारी गंगू कुलूप लावून कुठे गेली?... कशी गेली? कधी गेली?'

''वहिनीऽ वहिनीऽऽ''

मुलाशेजारी आडव्या झालेल्या वहिनींचा डोळा कधीच लागला होता. त्या दिराच्या हाकेने खडबडून उठल्या.

''कुलूप लावून कुठं गेला होता भावजी?''

''मी कुलूप लावलं नाही; मी घरातही गेलो नाही. परस्पर मळ्यात गेलो होतो, तो आता माघारी आलो. ही कुठाय?''

''मीही तेच म्हणते! दिवेलागणी झाली तसा तिकडे काळोख आहे! दाराला कुलूप आहे – मग ही गेली कुठं?''

''वरच्या आळीला तर गेली नसेल बघायला?''

''कशी जाईल? रात्री-अपरात्री? तरी पण संशय नको. बघून या.''

लखोबा तरातरा वरच्या आळीला गेला.

''आत्याबाई... आत्याबाईऽऽ झोपला का?''

''कोण आहे?''

''मी लखोबा.''

''का रे बाबा... अशा अपरात्री?''

''आमची ही आली का?''

''कोण? गंगू? नाही रे माझ्या लेकरा. का रे?''

''दिवेलागणीपासून कुठं गेली आहे, ती अद्याप आली नाही!''

''आं! अरे, मग नीट चौकशी कर.''

घाबऱ्या-घाबऱ्या लखोबा घरी आला. दरम्यान, सोंगट्या खेळून बाळाजी माघारी आले होते. बाराबंदी काढून झोपायच्या तयारीत होते. गंगूचा प्रकार कानावर आला होताच. लखोबा येताच त्यांनी विचारले, ''का रे, काही पत्ता?''

''नाही.''

''ठीक. घरामागं जाऊन सोनारबाबांना घेऊन ये. म्हणावं, कुलूप तोडायचं आहे!''

बाळाजीचे काम म्हटल्यावर म्हातारा सोनार तशा रात्री हत्यारेपात्यारे घेऊन आला. कंदिलाच्या प्रकाशात त्याने दोन मिनिटे कुलपाशी खटपट केली व ते पुन्हा उपयोगात यावे अशा तऱ्हेने काढले.

अर्थात, आत कुणी नव्हते. चूल थंडगार होती.

गंगू गेली कुठे? आता मात्र प्रसंगाने गंभीर रूप घेतले!

पायांत जोडे घालून बाळाजी तरातरा बाहेर पडले. रामोशवाड्यात गेले आणि त्यांनी हाकहाक केली. हातात काठ्या घेऊन रामोशी बाहेर आले.

''काय हुकूम, सरकार?''

“आमची जाव कुठं चुकलीय. चार दिशांनी चार जणं जा. शोध करा. अंबाजी, तू गावात बघ!”

रामोशी बाहेर पडले. चारी दिशांनी शोध घेऊ लागले. विहिरी-तळीसुद्धा शोधू लागले. न जाणो, बामणाच्या जावेने जीव दिला असला तर?

गावातही शोध सुरू झाला. पाच-पंचवीस कंदील अंधारातून फिरू लागले. हा प्रकार रात्री चार वाजेपर्यंत चालला; पण कुठेही पत्ता लागला नाही!

सर्वांच्या तोंडचे पाणी पळाले. बाळाजी एवढा धीराचा माणूस – पण त्याच्याही मनाला रुखरुख लागली. पोरीने जिवाचे बरे-वाईट करून घेतले नाही ना?

कंदिलातील तेल संपले; तो तटतटू लागला, तेव्हा अंबाजी घराकडे परतला. अंधारातून वाढ काढीत वाड्याच्या मागच्या बाजूने आत येऊ लागला. तो खाकरला, खोकला आणि स्वत:शीच मोठ्याने बोलला, “तेल खलास झालं. ते भरून घेऊन पुन्हा हिंडलं पाहिजे. पर आता उजाडायला आलं!”

तो असे बोलला तोच कुठूनसा आवाज आला, “अंबाजी, मी इथं आहे!”

दचकून अंबाजी उभा राहिला. कानांवर हात धरून म्हणाला, “कोण ते?... कोण हाय?”

पुन्हा खोल आवाज आला, “मी गंगू... इथं आडात आहे!”

भिंतीशेजारी असलेल्या आडाकाठी जाऊन, आत डोकावून बघत, अंबाजीने खात्री करून घेतली.

“तुमी हाय आत बाई?”

“हो रे, मी आत आहे!”

डोळ्यांवर हात देऊन अंबाजीने आत पाहिले; पण त्या खोल आडात गडद अंधार होता.

“मी थंडीनं मरायला लागलेय! अंबाजीऽऽ मला वर काढ!”

मग अंबाजीने जलदी केली. कंदील आणला. पाणी काढायच्या दोरीचा मोठा फास तयार केला. कंदील आत धरून तो फास त्याने आत सोडला.

“बाई, घाबरू नका! कमरेला फास लावा; मी वर ओढून घेतो!”

दोर सोडताच मधमाश्या उठाव्या तसे आडातले डास उठले. त्यातून सरसरत दोर आत गेला आणि पाण्यात सपकन पडला. जेमतेम चार हात रुंद असलेल्या आडाच्या ‘रापा’वर भिजून चिंब झालेली गंगू बसून राहिली होती. जीव देण्यासाठी उडी घेताना आडाच्या बाजूला खरचटून तिच्या अंगाची जागजागी सालडी निघाली होती. वरून अंबाजी ओरडला, “बाई, भिऊ नका. फास बळकट घ्या आणि दोर गच्च धरा. मी तुम्हाला अलगद वर घेतो!”

मग गंगूने कमरेला फास घातला. हातांनी दोर गच्च धरला.

“अंबाजी, ओढ!”

अंबाजीने बळकट दोर ओढला. पाणी घाण न होण्यासाठी आडात पडलेली घूस शेंदून काढावी तशी त्याने गंगूला शेंदून काढली.

गंगू वर आली.

दरम्यान, हातात कंदील घेऊन बाळाजी तिथे येऊन दाखल झाले. काहीएक न बोलता, कंदील वर करून त्यांनी भावजयीचं अंग पाहिलं.

जागजागी रक्त आले होते. उकडलेले रताळे सोलल्यासारखी गंगू जागजागी सोलली होती. ते बघून बाळाजी चुकचुकले. गंभीरपणाने म्हणाले, ''छे, भलतंच खरचटलंय पोरीच्या अंगाला! कुणा कारागिरानं हा आड इतका अरुंद केला, देव जाणे! अंबाजी, उद्या चार गडी बोलावून हा आड बुजवून घे आणि दुसरा चांगला रुंद आड पाड! जा पोरी आत – ओलं सोड!''

■

भानाचं भूत

गावओढ्याच्या पलीकडे भाना भाडुळ्याचा मळा होता. सलग नऊ एकरांचा काळाकरंद मळा. हत्तीच्या मस्तकासारखा डाग. माणूस पेरलं तरी उगवावं, अशा मळ्यात भाडुळ्याचं घरबार खपे. गुरंढोरं राबत. त्या राबणुकी-खपणुकीच्या बदल्यात त्यांना सोनं मिळे; घामाच्या थेंबागणिक मोत्याचं कणीस पदरात पडे. त्यामुळं म्हातारा बाबा भाडुळे सुखी होता. सकाळच्या वेळी टाळ घेऊन 'रूप पाहता लोचनी। सुख झाले हो साजणी।' असा गजर करीत बसण्याइतपत फुरसत त्याला मिळत असे. थोरल्या पोराच्या कर्तुकीनं मनी थंड्याजलेली बायजा भाडुळीण डागडागीणं लेवून चार दिवस लेकीच्या गावी जाऊन राहत असे. वयात आलेला दाजी भाडुळे खारीक-खोबरं खाऊन कुस्त्या मारीत असे. उरूस, जत्रा फिरत असे. कारण त्याच्या चार दिवसांच्या गैरहजेरीनं कामात घट पडत नाही, भानादादा सर्व बघतो – हे त्याला ठाऊक असे.

अशा या धबडग्यात भानाला मात्र फारसं बनत नसे. त्याचा सगळा वेळ मळ्यात जाई. भाकरी-तुकडा खाण्यासाठी गावातल्या घरी येण्याइतपत सवडदेखील त्याला मिळत नसे. भुकेच्या वेळी कोणी तरी जेवण पोहोचवावं लागे. बाकीची मंडळी सकाळी न्याहारी करून रानात येत, दिवसभर उस्तवारी करीत आणि दिवस मावळायला पुन्हा घराकडे परतत. पण भानाला गुरांना वैरण काढायची असे.

पिकांची राखण बघायची असे. कुणी चार ऊस मोडले, कुणी कोवळ्या काकड्या पळवल्या, कुणी भाराभर मका काढून नेला – असं होऊ नये, म्हणून रात्री-अपरात्री त्याला रानात राहावं लागे. सोबतीला त्याची सुलक्षणी गुरंढोरं आणि इमानी कुत्रं असे. या सगळ्यांच्या जागत्या पहाऱ्यामुळं चोरचिलटांना नेहमीच मोठा धाक होता. मळ्यातली तन्सडीही इकडची तिकडे होत नसे.

कडुसं मावळलं होतं. आभाळात चांदण्या फुलू लागल्या होत्या. समोरचा उसाचा फड काळाशार होऊन एखाद्या भिंतीसारखा दिसत होता. दावणीशी रवंथ करणारी पांढरी फेक बैलं नजरेला दिसेनाशी झाली होती. नाना पिकांचा वास बरोबर घेऊन गार वारा सुटला होता. चहूकडे गडीगुप्प होतं आणि घरून येणाऱ्या भाकरीची वाट बघत भाना उगीच बसला होता. वैरणीच्या पेंढ्या लावून केलेल्या खोपीत बसला होता आणि तलफेखातर विडी ओढत होता. विडीचं लाल टोक नागाच्या फडीतील मण्यासारखं चमकत होतं आणि विझत होतं.

तल्लीन होऊन भाना विडी ओढत असतानाच कुणाचीशी चाहूल आली. सावधगिरीनं कान टवकारून भानानं शब्द सोडला, ''कोण आहे?''

त्या पाठोपाठ अनोळखी आवाजात लगोलग जबाब आला, ''मी वाटसरू आहे.''

''वाटसरू? मग इकडं कुणीकडं?''

''चुकून आलो, बेटा.''

''कोण गावचे? जाणार कुठं?''

''गोसाव्याला कसलं नाव-गाव विचारतोस? मागून खातो अन् धर्मशाळेत झोपतो.''

गोसावी म्हणताच भाना थोडका हलला. पायघोळ कफनी घालून भिक्षा मागत हिंडणारे हे जटाधारी गोसावी मोठे कोपिष्ट असतात. सामान्य माणसांना त्रास पोहोचेल अशा रीतीच्या काही विद्याही त्यांच्यापाशी असतात, या समजुतीनं नरमला.

आणि मग भीतीच्या पोटी आदर आला. आगत-स्वागत आलं. छाटणीच्या खिशातून दुसरी विडी काढून ती पुढे करीत भाना बोलला, ''बसा की. घ्या विडी!''

वाटचाल करून थकलेला गोसावी वाकून खोपीत आला आणि विव्हळत खाली टेकला. खांद्यावरची झोळी आणि हातातला कमंडलू ठेवून नीट बसला. विडी ओढायला मात्र त्यानं नकार दिला, ''आम्हा लोकांची तलफ विडीनं भागत नाही, बेटा. हिरवी तमाखू लागते.''

आणि मग सारा सरंजाम काढून तो गांजा मळूही लागला. मळता-मळता पुन्हा चार वाक्यांची देवाण-घेवाण झाली.

''असं कुठं पोचायचं बुवा?''

''काशी-विश्वेश्वरला जाण्याच्या इराद्यानं निघालोय!''

''मागं घरदार, पोरंबाळं काही?''

''काही नाही. एकटा जीव सदाशिव!''

यावर कुणी काही बोललं नाही. बुवा आपल्या नादात लागला. भानाची विडी संपली. अद्यापपर्यंत भाकरी आल्या नाहीत; तेव्हा दोन ऊस मोडावे, एखादं काडं बुवाला द्यावं, एखादं आपण खावं – अशा हिशेबानं तो उठला. बुवाला म्हणाला, ''बसा. आलो इतक्यात.'' आणि फडाच्या दिशेनं चालला. मोठ्या झालेल्या डोळ्यांच्या बाहुल्यांस थोडं-थोडं दिसत होतं. फडापाशी उभं राहून इकडे-तिकडे बघताच दोन फर्लांग अंतरावर असलेल्या शंकरच्या मळ्यात उजेड दिसला. वस्तीवर जर शंकर असेल तर त्याच्या भाकरीतली थोडी खाऊ, पान खाऊ – असा काहीसा विचार उगीचच मनात आला आणि ऊस मोडायचं सोडून भाना तिकडे वळला. बांधाबांधावरून चालत शंकरपाशी पोहोचला. खोपीत शंकर होता. उजेडात बसून भाकरी खात होता. भानाला बघताच तो म्हणाला, ''ये, भाकरी खाल्लीस का?''

''न्हाई. घराकडनं कुणी आलंच नाही अजून!''

''मग हयगय का? खा ह्यातली.''

बांधाला बांध लागल्यामुळं संकोच नव्हताच. हातात भाकरी घेऊन भाना बसला आणि ओल्या कांद्याबरोबर लचके मारू लागला.

एक-दीड भाकरीनं पोटाला थोडासा आधार करून पान चघळीत भाना परत फिरला आणि गोसाव्याची आठवण होऊन खोपीपाशी आला; तेव्हा त्याचं काळीज लक्कन हललं. सगळी खोप जळून राख झाली होती आणि इंगळाच्या तांबड्या उजेडात जळून कोळसा झालेला गोसावी दिसत होता. 'हे असं कसं झालं? हे अभद्र घडलं तरी कसं?' भयचकित होऊन भानानं आजूबाजूला बघितलं. त्याच्याशिवाय त्या आक्रीताला साक्षीदार असं दुसरं कोणी नव्हतं. काळोखानं माखलेली झाडंझुडपं तटस्थ उभी होती. मुकी जनावरं भरल्या पोटी पेंगत होती. वाळल्या पाचोळ्याची खोप कापराच्या वडीसारखी केव्हा जळली आणि आत गांजा ओढीत बसलेला गोसावी कसा कोळसा झाला, याची दखल कुणालाच नव्हती. पण पुढं काय? पुढं पंचनामा आला, पोलीस आले, कोर्ट आलं, कचेऱ्या आल्या....

'समजा, पैसे लुबाडण्यासाठी मीच याला जाळून मारलं नाही कशावरून? हा खून मीच केला नाही कशावरून? आणि त्या गुन्ह्यापायी फाशीची शिक्षा मला का होऊ नये? सरकारनं पकडून मला फासावर का देऊ नये?....

'– मग माझी बायकोपोरं, माझा मळा, माझी गुरंढोरं? परमेश्वरा, ही काय आफत माझ्यावर आणलीस? या संकटातून मी आता कसा सुटू? हा गुंता आता कसा सोडवू?'

भानाच्या जिवाची उलघाल झाली. तडफडाट झाला. अगोदरच पापभीरू, भोळा असलेला भाना या भयंकर संकटानं अती भ्याला. आणि तो गोसावी, ती जळून राख झालेली खोपी, ते विझते इंगळ – सगळं तिथंच सोडून तो धूम पळाला. उसाच्या फडात जाऊन छपून बसला. भ्यालेल्या भेकरासारखा धापा टाकू लागला. असं छपून बसलं म्हणजे आपल्यावरची सगळी अदावत जाईल, आपण निर्दोष सुटू, अशी त्याची समजूत होती. अरे, काय म्हणावं तुझ्या या बाळबुद्धीला?

तास-अर्धा तास गेला आणि बाजरीच्या भाकरीची शिदोरी घेऊन भानाचा धाकला भाऊ खोपीपाशी आला. राखेचा ढीग डोळ्यांना दिसताच आणि करपट वास नाकात येताच तो ठो-ठो बोंबलला. शिदोरी तशीच घेऊन घरी पळाला आणि रडत-रडत बापाला म्हणाला, ''बाबा, खोपीला आग लागली – भाना जळून मेला!''

''आँ? काय म्हणालास? पोरा, काय म्हणालास?''

''मी बघून आलो. खोपीची जळून राख झालीया आन् दादा कोळसा होऊन पडलाया!''

''अरं पांडुरंगा –''

म्हाताऱ्याच्या पायांतलं वारंच गेलं. तो मट्कन खाली बसला. त्यासरशी बाकी सर्वांनी रडण्याचा एकच गलका केला. भानाची आई, बायको आणि लहान पोरं गुरासारखी ओरडू लागली. तो ओरडा ऐकून गावातले चार लोक जमा झाले. हां-हां म्हणता भाना जळून मेल्याची बातमी सगळ्या गावात समजली. पाटील-कुलकर्णी आले. सगळे जण मिळून मळ्यात गेले. लोकांनी भानाच्या नातेवाइकांची समजूत घातली. पाटील-कुलकर्ण्यांनी मयताचा पंचनामा केला. मध्यरात्रीपर्यंत हा गोंधळ चालला होता... आणि उसाच्या फडात शिरलेला भाना काळजाचे ठोके ऐकत बसला होता, तो बाहेर पडला नाही.

दोन-चार रोज गेले. या प्रकाराची आठवण विरू लागली. भाडुळ्याच्या घरातल्या दुःखाची आचही थंडावू लागली. कर्ता मुलगा गेला; आता सगळी जबाबदारी दाजीवर पडली, याची जाणीव म्हाताऱ्यानं त्याला करून दिली. भानाची सर दाजीला नव्हती. इतका व्याप त्याच्यानं करवणार नव्हता. म्हणून असं ठरलं की, इतके एकर पडीक ठेवायचे आणि इतकेच करायचे. त्या दिशेनं भाडुळ्याचं घर कामाला लागलं. आता मळ्यावर असलेला दिवस-रात्र पहारा ढिलावला. चोराचिलटांना फावलं. भाडुळ्याचा ऊस, काकडी, मिरच्या यांची चव घ्यायला मिळणार यामुळं गावातली ओढाळ माणसं मनी सुखावली.

अशाच एका चांदण्या रात्री चार पोरं गावातून उठली आणि दाजी घरीच आहे, हे हेरून एकमेकांना बोलली –

''चला रं, भाडुळ्याचा ऊस मोडू.''

"नको बाबा, तिथं राखण असती."

"अरं, आता कुठली राखण? भान्या मेला जळून!"

"बघ बरं का – काही बिलामत आली तर!"

"मी जोखमदार! चला."

आणि भुभुक्कार करीत ती वानरसेना भाडुळ्याच्या मळ्याकडे आली. चांदण्यांच्या प्रकाशात सगळा मळा चित्रासारखा शांत होता. माणसाची सावट मुळीच नव्हती. तरी पण पोरं दबत-दबत पुढं आली आणि धांदलीनं उसाच्या फडात शिरली. कडाकड आवाज होऊ लागले.

बांधाला उसं देऊन झोपलेला भाना जागा झाला आणि त्यानं नीट निरखून बघितलं, तर गावची पोरं ऊस मोडताहेत! बाहेर येऊन तो पोरांसमोर उभा राहिला. ओरडला – "काय रं चोरानू! टाकता का नाही ते ऊस? का दावू?"

– आणि सापडलेल्या पोराच्या मुस्काटात त्यानं लगावलीही!

तो आवाज ऐकला, ती व्यक्ती बघितली आणि भानाच्या परिचयाची पोरं भीतीनं ओरडली. अशी ओरडली की, ऐकणाऱ्याच्या काळजात ते ओरडणं टरबुजात शिरणाऱ्या सुरीसारखं शिरावं. कुणाची बोबडी वळली, तर कुणाचे पाय भेंडाळले. हातातले ऊस टाकून त्यांनी कसंबसं गाव गाठलं आणि बोंब ठोकली!

लोकांनी चौकशी केली –

"अरं काय, काय गडबड?"

"भूऽत, भूऽत... भानाचं भूत दिसलं आम्हाला!"

"आं?"

"अन्नाच्यान्! उसाच्या फडातनं उठून त्या न्हाव्याच्या हरीला मुस्काटात दिली!"

मंडळी तिकडं पळाली आणि न्हाव्याच्या पोराकडनं त्यांनी हकिगत ऐकली. तापानं फणफणत त्यानं ती सांगितली. गावात गलका झाला. "भाडुळ्याचा भाना भूत होऊन मळ्याची राखण करतोय!"

मग जसेजसे दिवस जाऊ लागले तसतशा अधिक गोष्टी गावात पसरू लागल्या. कोणाला रात्री भाना दिसला. कोणाला तो ओढ्यावर अंघोळ करताना आढळला. कोणाला तरी त्यानं खायला भाकरी मागितली. खरं-खोटं राम जाणे! पण अशा बातम्या गावात उठल्या, तसा भाडुळ्याचा मळा ओस पडला. ध्यादिवसासुद्धा माणूसकाणूस तिकडं फिरकेनासं झालं. मळ्याची उस्तवारी करणारा दाजीदेखील मनात शंका धरून राहिला. रात्री-अपरात्री मळ्यात ठरेनासा झाला.

एक वार शंकरच्या मळ्यात डावलोटीचं की कसलं जेवण होतं. बरंच पान उठणार होतं. दिवसभर जेवण उकडण्याचा सपाटा रानात चालला होता. रात्री बत्तीच्या प्रकाशात पंगत बसण्याची धामधूम चालली. बकऱ्याच्या कोरड्यासाचा

वास उसाच्या फडात बसलेल्या भानाच्या नाकापर्यंत गेला. *त्याची भूक उसळली.*
तोंडाला पाणी सुटलं. लोक ताटावर बसले. *ग्यानबा-तुकारामांचा घोष झाला.* आणि
आता भाकरीचा तुकडा मोडून तांबड्या रश्श्याचा भुरका मारणार, तोच आवाज
आला –

"अरे शंकरऽऽ मर्दा, मला बोलवायचं नाही?"

माना वर करून लोकांनी जेव्हा बघितलं, तेव्हा भाडुळ्या भाना सादमूद
त्यांच्यासमोर उभा दिसला. मग कसलं जेवण नि कसलं मटण! घरून आणलेली
पितळ्या-तांब्यादेखील तिथं टाकून लोक पळाले. धूम गावाकडे पळाले. भाना
भाडुळ्याचं भूत दिसल्यामुळं त्यांना पळता भुई थोडी झाली. त्या धसक्यानं कैक जण
बेशुद्ध झाले आणि कैक जण थंडीतापानं आजारी पडले! रश्श्याची भगोली, भाताचा
हंडा आणि भाकरीच्या चवडी तशाच टाकून लोक पळाले. त्यांनी मागं वळूनदेखील
बघितलं नाही...

'भऽ भऽ भूऽत! भऽ भऽ भूऽत!' करीत ते जीव घेऊन पळाले. हा प्रकार बघून
भाना त्या उघड्या रानात मन:पूर्वक हसला. गेले आठ-पंधरा दिवस त्याला केवळ
उसाची कांडं आणि असल्या काही सटरफटर वस्तू यांवर आपली भूक भागवावी
लागत होती. भाकरीसाठी तो तडफडत होता. लोक निघून गेले तसं त्यातलं
रश्श्याचं एक भगोलं, काही दोन-तीन दिवस पुरतील इतक्या भाकऱ्या उचलून तो
परत उसाच्या फडात आला आणि सावकाशपणे जेवला. इतका जेवला की, ते
जेवण त्याच्या हातीपायी उतरलं आणि गडद झोप लागली.

आता मात्र गावात या प्रकारानं फारच खळबळ माजली. भान्या भाडुळे भूत
झालाय, तो आपल्या मळ्यात राहतो आणि लोकांना भिवडवतो, ही गोष्ट सत्य
झाली. तिच्या खरे-खोटेपणाविषयी कुणालाच शंका राहिली नाही.

गावातला हरिबा परीट आपल्या बायकोला म्हणाला, "अगं, आता धुणं
बडवायची आली का पंचाईत?"

"का? काय झालं?"

"माझा खडक जिथं हाय, तिथनं भाडुळ्याचा मळा लई नजीक. मी न्हाई बाबा
तिथं जायाचा!"

"वड्यात तेवढ्या जागीच पानी हाय. न जाऊन कसं भागंल? कापडं धुयाची
कुटं?"

"पेटंनात ती कापडं! मी न्हाई जायाचा!"

"मग पोटाला काय खाल?"

"बिबं घालीन, पण आपणहून त्या भुताटकीत सापडनार न्हाई!"

"येडं का खुळं तुम्ही! असं काय करताय लहान पोरावाणी? ध्यादुपारचं कुटं

भूत दिसतं का? जावा धुयाला.''

गत्यंतर उरलं नाही, तेव्हा हरिबा गेला. धुण्याचा बोजा पाठीवर घेऊन पांढऱ्या खडकावर गेला. आजूबाजूला माणूसकाणूस नव्हतं. ओढ्याच्या काठानं एखाददुसरं ढोरदेखील चरत नव्हतं. निळाभोर डोह उन्हाच्या सणक्यानं उकळेल की काय, असं वाटत होतं. मासे थंड पोहत होते. क्वचित एखाददुसरा बगळा ओल्या वाळूत उभा होता. पाठीवरचा बोजा उतरून हरिबा मुकाट्यानं धुणं बडवू लागला. आजूबाजूला न बघता, मनातल्या मनात रामनामाचा जप करत! खरं तर त्याला खच्चून भीती वाटत होती. त्या भीतीनं त्याचा जीव हलका झाला होता. पण धिटाईनं तो स्वत:ची समजूत घालीत होता. जरी भाडुळ्या भाना भूत असला, तरी ध्यादिवसा भूत बघितल्याचा दाखला आजवर नाही. बरं, आपण काय त्याचं वाईट केलं आहे म्हणून तो आपल्याला भिवडवील? दगाफटका करील? दुसरी गोष्ट अशी की, भूत ओढा ओलांडून पलीकडे येत नाही. आपण ओढ्याच्या अलीकडे आहोत आणि भाडुळ्याचा मळा आहे पलीकडे. मग निर्वेधपणे धुणं धुण्यास हरकत कसली? हात काम करीत होते आणि मन विचार करीत होतं. उघड्या पाठीवर उन्हाचा चपाटा कातड्याच्या बारीक वादीसारखा लागत होता. कपाळावरून घामाचे थेंब पाण्यासारखे ठिबकत होते आणि बायकोनं भरीस घातलेला हरिबा धबाधब धुणं बडवीत होता.

आणि मग मागून एकाएकी आवाज आला, ''काय हरिबा, कसा काय बेत?''

हे शब्द ऐकले मात्र, हरिबानं मागं वळून बघितलं नाही. गावची धुणी ओढ्यावर टाकून लंगोट लावलेल्या अवस्थेतच तो धापा टाकीत घरी आला आणि धरणीवर कोसळला! बेशुद्ध झाला. त्याच्या बायकोनं आकांत केला आणि गावकऱ्यांच्या नावानं बोटं मोडली.

''अरं, कुणी मंत्र्या न्हाई का? कुणी देवऋषी न्हाई का? कुणीतरी उठा आणि त्या भान्याला बाटलीत बंद करा. त्यानं सगळा गावाला पिडला. मेला तो मेला अन् सगळ्या गावाला तरास देऊ लागला!''

मग गावकरी चौफेर जमा झाले आणि गंभीरपणानं चर्चा करू लागले. गावात कुणाची हिंमत आहे का, भान्याच्या भुताला कुणी जरब दावील का, याची चौकशी केली. पण सर्वांनी कानावर हात ठेवले. गावातले बारकेसारके देवऋषी माना खाली घालून उभे राहिले. हे जबर भूत हाणायला परगावचा एकादा नामांकित मंत्र्या आणायला पाहिजे, असं त्यांचं मत पडलं. मग असा मंत्र्या कोण? जो-तो आपापल्या परीनं नावं सुचवू लागला. तो बेरडसिद्धाचा रामा आणि तो ढालगावचा तुका, तो बेळंकीचा अमका, तो ढाकरीचा तमका....

अखेर सर्वांच्या मतानं ठरलं की, बेळंकीच्या गुरवास बोलवावं!

झालं. सांगून धाडण्यासाठी माणसं पाठवली आणि बेळंकीचा मंत्र्या गुरव

गावात येऊन हजर झाला. भल्या मोठ्या जबड्याचा आणि तांबारल्या डोळ्यांचा हा इसम दिसायला मोठा उग्रट होता. तो आला तो सात विती घोड्यावर बसून दौडत. लोकांनी आगत-स्वागत केलं. खाऊ-पिऊ घातलं. त्या सर्वानं थंड झाल्यावर तो परटाला म्हणाला, ''काय रे, तू स्वत: बघितलंस नव्हे का भूत?''

''हां-हां, बघितलं. त्याचा आवाज ऐकला –''

''कुठं?''

''पांढऱ्या खडकावर.''

''किती वेळ होती?''

''ही आता आहे, तीच.''

''मग चल माझ्याबरोबर आणि दाखव ती जागा.''

त्यासरशी परीट घाबरला. गयावया करू लागला.

''दुसरं काय वाटंल ते सांगा; पण मला आता खविसाच्या हद्दीत नेऊ नका!''

''तू आलं पाहिजेस!''

''नका, नका –''

''अरे, मी असल्यावर तुला भीती कशाची? तुझ्या केसाला धक्का लागणार नाही!''

''मला इथं तुमच्या हातानं जिवं मारा वाटल्यास, पण तिकडं नका नेऊ!''

परटानं अशी हबक खाल्ली होती की, तो तयारच होईना आणि मंत्र्या त्याला सोडीना. अखेर सगळ्या गावानं वाटाघाट करून त्याची समजूत घातली. मंत्र्याला घेऊन परीट पांढऱ्या खडकावर गेला. गेला, पण जाताना त्यानं आजपर्यंत गावात झालेल्या सगळ्या कथा मंत्र्याला ऐकवल्या. त्या ऐकून मंत्र्याला घाम फुटला. असला जबरदस्त समंध त्यानं हयातीत बघितला नव्हता.

अखेर दोघेही त्या ठिकाणी आले. मंत्र्या घोड्याखाली उतरला. घोडं निघून जाऊ नये म्हणून त्याच्या एका पायाला दोरी लावून, ती हातभर मेखेला जखडून टाकली. आणि परटाला विचारले, ''बोल, दाखव मला तो उसाचा फड!''

परीट हीव भरल्यासारखा लटलट कापत होता. तो म्हणाला, ''आता मला जाऊ द्या. तुमी बघा फडबीड!''

''छे, छे – तसं कसं? तू शेवटपर्यंत पाहिजेस!''

''मी भीतीनं मरायला लागलोय.''

''तरी जाऊ नकोस. चल, फड दाखव!''

परीट पुढं आणि मंत्र्या मागं चालले. दबकत-दबकत, वरचेवर कपाळावरचा घाम पुसत.

ते दोघे जसे फडापर्यंत आले आणि एकाएकी हातात ऊस घेऊन भाना बाहेर

आला. मोठ्यानं म्हणाला, "हरिबा, कुठचा पाव्हणा घेऊन आलास?"

त्यासरशी हरिबा धोतर वर करून धूमतकाट गावाकडे पळाला. मंत्र्या जो जोरानं आला तो टाणकन उडी टाकून घोड्यावर बसला आणि उगीच उभ्या राहिलेल्या त्या तेज जनावरच्या पुठ्ठ्यावर त्यानं एक छपाटी उडवून दिली. त्यासरशी ते चौखूर उधळलं. त्या धसक्यासरशी दोरीशी बांधलेली लाकडी मेख उपटून आली आणि मंत्र्याच्या पाठीत धाडकन बसली.

तो भिऊन कळवळला, "अरं, बाप रं!"

जसा घोडा उडी घेई तशी मेख पाठीत बसे आणि भूत मागं लागलं म्हणून भीतीनं अर्धमेला झालेला मंत्र्या ओरडे. अशा धोपाट्या खाऊन-खाऊन आणि ओरडून-ओरडून तो गावात येऊन कोसळला, तेव्हा ती दोरी आणि मेख तुटून गेली होती आणि बिचाऱ्याची पाठ सोलून निघाली होती.

गावकऱ्यांनी विचारलं – "काय बुवा, काय झालं?"

पण बुवाला बोलताच आलं नाही. त्याची वाचाच बंद झाली!

बाहेरची न येता-येता घरची माणसंही मळ्यात येईनाशी झाली. जो-तो भिऊ लागला. तेव्हा भानाची स्थितीही मोठी केविलवाणी झाली. त्या उसाच्या फडात रानबोक्यासारखं राहणं त्याला पटेना. आपल्या बायकोला, आपल्या पोरांना बघण्यासाठी त्याचा जीव तुटू लागला.

– आणि जिवाचा घडा करून तो एका रात्री आपल्या घरी गेला. गेल्याबरोबर घरात भीतीनं सगळ्यांच्या दातखिळ्या बसल्या. बोट-बोट दाढी वाढलेला भाना सगळ्यांना मिठ्या मारू लागला, तेव्हा कुणी जागच्या जागी बेशुद्ध होऊन कोसळलं. बाबू भाडुळे घरातल्या देवापाशी जाऊन लटलट कापत उभा राहिला. भानाला ते सहन झालं नाही. आपल्याला कुणी ओळखत नाही, यामुळं त्याला रडू आलं. बापाचे पाय धरून तो म्हणाला, "बाबा, मी भूत नव्हे; मी खराच भाना आहे. बघा, माझे पाय उफराटे नाहीत. मी देवाजवळ आलोय. हे बघा, मी रामसुद्धा म्हणतो. राम-राम-राम-राम! अहो, मी खरोखरच भाना आहे!" आणि बापाच्या कमरेला वेंध मारून तो ढसाढसा रडू लागला.

बाबा भाडुळे डोळे गच्च मिटून उभा होता आणि त्याचं अंग थंड पडत चाललं होतं!

■

विहिरीतला वाघ

गावानं वेशीबाहेर ठेवलेल्या आणि पाच लहान धाकटी पोरं पदरात असलेल्या माणसाला संसाराचा गाडा चालवायचा, म्हणजे हाडाची काडं करावीच लागतात. येताळालाही तेच करावं लागत होतं. मिळंल ते मजुरीचं काम तो कधी नाही म्हणाला नाही. कुठं गटारं काढायची असोत, कुठं उकिरड्यातलं खत ओढून रानात टाकायचं असो, विहिरीतला गाळ काढायचा असो का रानात ताल टाकायचं काम असो – तो जायचा.

येताळा हाडापेरानं लांबडा, अंगानं सडसडीत असा चांगला नेटका गडी होता. कष्टाच्या कामाला कधी मागं सरायचा नाही. चुकारपणा, हयगय करायचा नाही. पहाटं उठून भाकरीतुकडा बांधून घेऊन तो जो कामाला जायचा, तो दिवस मावळून गेल्यावर आपल्या खोपटाकडं माघारी यायचा. शरीर पिळून घाम निघालेला असायचा.

लहानशा गावात मजुरीची कामंही महिन्यातले तीस दिवस मिळायची नाहीत. रिकामे दिवस पुष्कळदा नशिबी यायचे. मग हा पाठीवर पोतं टाकून वरावरा रानात हिंडायचा. कडुनिंबाच्या बिया गोळा करायचा आणि पोतंभर जमल्या की, खादी भांडारात देऊन मिळेल तो दाम घ्यायचा. नदीला हिंडून रांगोळीसाठी लागतात ते शिरगोळे जमवायचा आणि विकायचा. राजेवाडीच्या तलावात हिंडून शिंपले जमा करायचा आणि विकायचा. कुठं काय विकत घेतात, हे त्याला बरोबर माहीत होतं.

अलीकडे तो मेल्या गुरांची हाडं जमा करायचा. शिंगं गोळा करून एकीकडं विकायचा आणि हाडं गोळा करून एकीकडं विकायचा. शिंगांचा उपयोग फण्या, कंगवे करायला होतो आणि हाडांचा उपयोग खत तयार करायच्या फॅक्टरीला होतो म्हणे. ह्या वस्तूंचा उपयोग कसा आणि काय होतो, ह्याच्याशी येताळाला काही कर्तव्य नव्हतं. फुकट मिळणाऱ्या ह्या वस्तू वरावरा हिंडून गोळा करता येतात आणि पोतंभर जमल्या की त्याला किंमत मिळते, हे त्याला ठाऊक होतं. तेवढं त्याला पुरे होतं. कोणत्या कच्च्या वस्तूपासून पक्का माल कोणता होतो, ह्याच्याशी त्याला काय कर्तव्य होतं? गुराची हाडं जमा करण्यात त्याला एक अडचण यायची. गोळा केलेली चार-दोन हाडं ठेवायची कुठं, जपायची कशी? कुठंही ठेवली तरी, कुत्री गपचीप रात्री घेऊन जात. बरं, गुरं काही रोज धा-पाच मरत नाहीत. कधी एखादी म्हैस, कधी एखादे रेडकू, म्हातारा बैल, घोडा, गाय मरते. कधी मालक मायाळू असतो, तो आपलं जनावर पुरतो. नाहीतर ओढून ओढ्या-वगळीला, माळालाच टाकतो. कावळ्या-कुत्र्यांनी, गिधाडांनी फस्त केलं म्हणजे अशा जनावरांचं हाड मात्र सापडतं. कुणाच्या फासळ्या, कुणाची मांडी, कुणाचं डोस्कं, कुणाचा कणा एकत्रित करून ढीग जमा करावा; तेव्हा त्याला किंमत मिळते.

येताळा तसा डोक्यानंही बरा होता. गावापासनं लांबवर संदीपान गुरवाची चार एकर जमीन होती. तगाई मिळावी म्हणून त्यानं ह्या जमिनीत विहीर खोदायला काढली. तगाई मिळाली, ती दुसऱ्याच कामात खर्च झाली. पाव रक्कम खर्च करून एक डबरं काढलं आणि तलाठ्याकडनं कागद रंगवून पाठवला. 'विहीर काढली, पण पाणी लागलं नाही. तगाई माफ होण्याची मेहेरबानी करावी.' हे डबरं रिकामंच होतं. दोन पुरुष खोल काढलं होतं. आता, आत माती-मुरूम ढासळला होता. झाडंझुडपं माजली होती. सुगरणींनी, पारव्यांनी कोटी केली होती.

गुरवाला एकटा गाठून येताळा म्हणाला, "नाना, तुमचं डबरं रिकामंच हाय. मला भाड्याने देता का? माजी गरिबाची सोय व्हईल."

रिकामं डबरं घेऊन हा काय करणार ह्याचा काही अंदाज गुरवाला येईना. त्याची कुसळं उगवणारी जमीनसुद्धा आजवर कुणी भाड्यानं मागितली नव्हती.

"येताळा, चेष्टेनं मागतोस; का खरं?"

"गळ्याची आन – खोटं नाही, चेष्टा नाही. डबरं माझ्या कामाचं हाय नाना."

"म्हंजे रे?"

"तुमच्या कानावर हैच की, मी हाडांचा धंदा करतो. ही हाडं साठवायला मला जागा न्हाई. कुत्री लई तरास देत्यात. हाडकं डबऱ्यात टाकली म्हंजे ऱ्हातील. पोती, चार पोती झाली की, मी भरून न्हीन आन् फटकरीला घालीन."

ह्यावर नाक मुरडीत गुरव बोलला, "आयला घान की रं."

"नाना, घान कशाला म्हनावं आन् कशाला न्हाई? ह्यो नरदेह निर्मळ हाय का?"

"हिरीला घान मारेल की रं!"

"हाडाला घाण कशी लावता नाना? हत्तीच्या दाताच्या बांगड्या, माळा गळ्यात घालतात. त्याला घान असती का? गुरांची हाडं हत्तीच्या दातावानीच राहतात."

घासाघीस होऊन पंधरा रुपये महिन्याला असं भाडं ठरलं. गुरवानं म्हटलं, पंधरा तर पंधरा. नाही तरी डबरं मोकळंच पडलंय, देऊन टाकू.

येताळानं महिन्याचं भाडं आगाऊ दिलं आणि मिळंल तशी गुरांची हाडं गोळा करून ती तो डबऱ्यात टाकायला लागला.

गावातली चोरटी कुत्री वासावर डबऱ्यावर जायची. डबऱ्यात वाकून बघायची. चारी पायानं माती उकरायची; पण आत उडी टाकण्याची हिंमत करायची नाहीत.

येताळानं टाकलेली हाडं डबऱ्यात साठून राहायला लागली. हाडांच्या व्यापाराचा धंदा आता नीट रांकेला लागला, म्हणून येताळा सुखी झाला. आता बारा उद्योग करायला नकोत. मिळंल तेव्हा मजुरी करू, नाही तर आपण आणि आपली गुरांची हाडं.

नवा माल टाकायला गेला की, येताळा मालाचा साठा किती जमलाय याचा अंदाज घेई. डबरं नव्हतं, तेव्हा त्याला थोडा साठा होताच तो काढून विकावा लागे. आता तशी काही गरज नव्हती. पण माल फार साठवूनही उपयोग नव्हता, कारण वाहतुकीचा प्रश्न पडला असता. सोसंल तेवढंच ओझं उचलावं माणसानं.

होता-होता तीन-एक पोती माल जमला.

एका सकाळी येताळा लवकर उठला. आपल्या बारा वर्षांच्या पोराला त्यानं बरोबर घेतलं. घरातलं जुनं बारदान घेतलं आणि माळा-माळानं तो गुरवाच्या डबऱ्याकडं गेला.

डबऱ्यातला माल काढायचा कसा, ह्याची पद्धत त्यानं बसवून ठेवली होती. विहिरी काढताना गडी चढण्या-उतरण्यासाठी पायटे ठेवतातच. तसे ह्या डबऱ्यालाही होते; पण पावसा-पाण्यानं, उन्हातान्हानं ते आता झिजून-ढासळून गेले होते. डबऱ्यात वर-वर मुरुमच होता. खाली थोडा खडक्या दगड लागला होता. डबऱ्याचा गाळा तसा काही फार रुंद नव्हता. आडापेक्षा थोडं मोठ्ठं डबरं होतं, इतकंच. मुरमाला, खडकाला घोरपडीसारखं चिपकून बेतानं आत उतरणंसुद्धा कठीणच होतं. वर, काठावर असलेल्या बाभळीच्या बुंध्याला तिढा देऊन जाड कासरा आत टाकायचा. कासऱ्याला धरून आधी एकानं आत उतरायचं. मालानं अर्धं पोतं भरायचं, आणि तोंड बांधून ते कासऱ्याला गुंतवायचं. मग वरच्या गड्यानं बेतानं वर

ओढून घ्यायचं. अशा चार-सहा खेपा केल्यावरच सगळा माल वर घेता येणार होता.

दिवस उगवता-उगवता दोघं बापलेक डबऱ्यापाशी येऊन पोहोचले. पांढरे होले घुमत होते. आभाळात कावळ्यांच्या झुंडी गावाकडं निघाल्या होत्या.

चलाख पोरानं छकड्यातनं खाली उडी मारली आणि माल किती साठलाय ते बघावं, म्हणून तो डबऱ्याकडं जाऊन आत डोकावला.

आणि जोरानं किंकाळी फोडून बापाकडं पळत आला. तोंडावर हात घेत म्हणाला, "बोऽ बोऽऽ बोऽऽ अप्पाऽ मेलूं रे मेलूंऽ!"

पोराचा विलक्षण घाबरलेला चेहरा, रडका आवाज ऐकल्यावर येताळाच्या काळजात धपका बसला. तोही भिऊन ओरडला, "काय रं पोरा, काय दिसलं?"

"डबऱ्यात तरशा वाग हाये, वागऽ!"

"वाऽग?"

"व्हऽय. मोठाच्या मोठा, पट्टेवाला!"

हिव भरल्यासारखं पोराचं अंग लटालटा हालत होतं. पोराच्या दंडाला धरून दबकत-दबकत येताळही विहिरीच्या काठाशी गेला आणि त्यानं आत पाहिलं.

तरशा वाघ दात काढून लाल डोळ्यानं त्याच्याकडं बघत होता. असा की, त्याचं ते रूप बघून कुणाही माणसाला डरंगळायला व्हावं. येताळाला बघताच वाघानं डबऱ्याच्या बाहेर निघायला उंच उडी घेतली. ती पुरुषभर आली आणि खरारा खाली घसरून तो दगडात बुडावर आपटला. त्यानं 'रव्याऽ रव्याऽ रव्याऽ' असा उरात धडकी भरणारा आवाज केला.

हा हाडाच्या वासावर रात्री डबऱ्याकडं आला. डबऱ्यात त्यानं उडी घेतली. हाडं फोडली, गिळली आणि पोट भरल्यावर डबऱ्यावर निघायला उड्या घे-घे घेतल्या. वर निघायला येईना, तेव्हा रागानं वेडं होऊन दगडं कडाकडा फोडली. हे सगळं येताळाला उमगलं. गावातल्या शेळ्या, मेंढ्या, कुत्री, लहान-धाकटी पोरं तोंडात घेऊन पळणारा हा तरशा वाघ बाहेर आला, तर आपली धडगत नाही. मनात येताच त्यानं पोराला घेऊन छकड्यात उडी मारली आणि बैल बडवत तो तालुक्याकडं आला. हा सगळा भाग अभयारण्याचा होता. आजूबाजूला मोठं जंगल होतं. वाघाला मारणाऱ्याला, इजा करणाऱ्या कुणाही माणसाला जबर शिक्षा होत होती. कैक जणांना फॉरेस्टसायबांनी दंड केला होता.

ही वर्दी पोलीस ठाण्यावर द्यायलाच पाहिजे, अशी महत्त्वाची होती. येताळा ठाण्यावर येऊन तिथं खुर्चीत बसलेल्या दांडग्या, मिशीवाल्या सायबास्नी म्हणाला, "राम, राम सायेब, वर्दी द्यायला आलोय. आमच्या गावच्या कोरड्या हिरीत व्हाग पडलाय. जित्ता हाय. त्याला वर निगाय येत नाही. रागानं येडा झालाय. सारखा 'रव्याऽ ऽ रव्याऽ' वरडतोय!"

येताळानं गावासंबंधी, आपल्यासंबंधी, वाघासंबंधी चट् सारी माहिती साहेबांना सांगितली; काही बाकी राखलं नाही. ही बातमी ऐकून साहेब रागानं वेडा झाला. त्यानं सटक्यात उठून आधी येताळाला बुटांच्या चार लाथा घातल्या. धापा टाकीत म्हणाला, ''भेनचोद, ही वर्दी घिऊन आला का तू हितं पयला? आता म्होरचा कुटाना आला का न्हाई माज्याकडं? फारेष्टसायबांना वर्दी पयली दिली पायजे. त्येंची केवढी जोखीम असतीय, म्हायती हाय का तुला? आला, तोंड घिऊन सांगत – साहेब, व्हाग हिरीत पडलाय. तू पडला असतास, तर बरं हुतं की. शेंदून वर काढला असता तुला. आयला काराच्या! आला ह्यो कुटाना!''

येताळा आचारा का बिचारा झाला. साहेब इतका पिसाळला की, त्याला माहीत असतं तर तो वर्दी द्यायला आलाच नसता.

मग साहेबानं कागद ओढून पुढं घेतला. बॉलपेन घेतलं आणि लांबलचक रिपोर्ट डी.एफ.ओ. साहेबांना लिहिला. येताळाचा जबाब घेतला.

फर्रकन एक फटफटी फॉरेस्ट ऑफिसकडं पळाली.

अभयरण्याचे सर्वांत मोठे साहेब होते, ते डी.एफ.ओ. साहेब, हाताखालच्या साहेबाला केबिनमध्ये बोलावून म्हणाले, ''बसा. हे वाचा.''

साहेब बसले नाहीत. अदबीनं उभेच राहिले. फक्त हलकेच हातानं त्यांनी तो कागद उचलला आणि उभ्या-उभ्याच वाचला. वाचून झाल्यावर डोळ्याला लावलेला चष्मा काढून त्यांनी खिशात घातला आणि वाचून झाल्यावर बोलले, ''बहुतेक ही फीमेल असावी. ह्या जोडी-जोडीनं हिंडतात. ही एकटी आहे. कदाचित पिलंवाली असावी. पिलांसाठी हे विहिरीत उडी घेण्याचं साहस केलं असावं.''

साहेबांना ज्ञान मिळवायचं नव्हतं. खात्यात नाव मिळवायचं होतं.

''आय ॲग्री. तुमचा अंदाज बहुतेक खरा असावा. पण आपल्यावरची जबाबदारी आहे की, त्या फीमेलला जिवंत पकडलं, तर काही काळ आपल्या अभयारण्यात एनक्लोजरमध्ये ठेवलं जाईल. खाऊ-पिऊ घालून ती नॉर्मल झाली, म्हणजे पुढे काय करायचं – रानात सोडायचं का नॅशनल पार्कला द्यायची, ह्याचा विचार करू!''

''येस सर.''

''पण ह्या सगळ्या प्रकारात कोणतेही माणूस किंवा ती फीमेल जायबंदी झाली, दगावली; तर ती फार मोठी जोखीम होईल, पेपरवाले बोभाटा करतील, हे ध्यानात घ्या.''

''येस सर.''

''वाइल्ड लाइफमधले तुम्ही तज्ज्ञ आहात. तुमच्याशिवाय स्टाफपैकी कुणीही ह्या कामी मला उपयोगाचं वाटत नाही. वन्य प्राण्यांबद्दल तुम्हाला प्रेम आहे आणि तुम्ही अनुभवी. तेव्हा, लगेच निघा आणि योग्य असेल ते करा.''

"येस सर."

थोरले साहेब मोकळे झाले, पण डी.एफ.ओ. पेचात पडले. प्रचंड खटाटोप करावा लागणार होता आणि तोही तत्काळ. कारण वेळ घालवण्यात धोका होता. त्यांनी रेंजर, गार्ड ही माणसं जमवली. जीप काढली. जंगलातल्या एका लहान वस्तीवर जंगली जनावरं पकडण्यात कसबी असा आबासा नावाचा माणूस होता. कुणाच्या शेतात, बागेत जनावरांचा, माकडांचा उपद्रव होऊ लागला म्हणजे आबाशाला बोलावत. हा कसलाही आणि केवढाही वानर हिकमतीनं पकडी. एक नाही, दहा पकडी आणि दूर नेऊन सोडून येई. डी.एफ.ओ. साहेबांना हा माहीत होता. त्याला बोलावून घेऊन ते म्हणाले, "आबासाभाई, काम जोखमीचं आहे. तेव्हा तुम्हीच ते कराल. हा तरस पकडायचा. विहिरीतनं वर शेंदून काढायचा आणि पिंजऱ्यात घालून तूर्त आपल्या जंगलातल्या लहान झूमध्ये सोडायचा. त्यासाठी तुम्ही मागाल ती रक्कम आम्ही मंजूर करून घेऊ. तेव्हा हे काम नाही म्हणायचं नाही."

"सायेब, तरस म्हंजे लई खराब जनावर. ऊस फोडावा तसं ते कसलंबी मोठं हाड फोडतं. ह्या जनावराइतका ताकदी जबडा आनी कुनाचा नसतो. ढाण्या वागाचाबी नाय."

"ते माहीत आहे, म्हणून तर तुम्हाला बोलावलं."

"हिरितनं वर शेंदायचा?"

"दुसरा काय उपाय?"

"जनावराला इजा न्हाई होऊ द्यायची?"

"नाही."

आबासा गप्प राहून बोटानं जमिनीवर रेषा ओढत राहिला.

थोडा वेळ विचार करून डी.एफ.ओ म्हणाले, "आम्ही एक करू – तरसाला तात्पुरती भूल देऊ."

"म्हंजे?"

"पंधरा-वीस मिनिटं ते गपचीप पडंल, दंगा करणार नाही, असं करू."

आबासाचा चेहरा उजळला. तो डोक्यावरची टोपी मागं सारीत म्हणाला, "मग सोपं हाय. आपन त्याला वर वढून काढू."

बारीक तारा, दोऱ्यांचे फास, दोर, बांबूंचा तयार केलेला मोठा पिंजरा – असं सगळं साहित्य बरोबर घेऊन मंडळी वेगानं गुरवाच्या विहिरीकडं निघाली.

दरम्यान, तरशा वाघ गुरवाच्या विहिरीत पडलाय, ही बातमी गावात वणव्यासारखी पसरली होती आणि बाया, पोरे, म्हातारे, तरणे यांची रीघ गुरवाच्या विहिरीकडं लागली होती.

बघता-बघता विहिरीभोवती जत्रा गोळा झाली. फॉरेस्टच्या लोकांनी कितीही

आरडाओरडा केला, दमदाटी केली तरी लोक ऐकनात. म्हणाले, "सायेब, बगू द्या की आमाला व्हाग... कंदी जल्मात न्हाई बगितला. आज दैवयोगानं येळ आलीय, तर का अडिवता आमाला?"

फॉरेस्टच्या साहेबांना फार धास्ती होती की, ह्या गर्दीत एखादं म्हातारं, एखादं पोर जर घसरून पडलं, तर पिसाट झालेलं तरस त्याला फोडल्याशिवाय राहणार नाही. अतिशय इद्रं जनावर असतं तरस. बरं, लोकांना समजावूनच सांगितलं पाहिजे. वेडंवाकडं बोलण्याचा काळ आता संपला होता. जनतेच्या मागणीचा आदर करायलाच पाहिजे होता.

लोकांना समजावता-समजावता डी.एफ.ओ. साहेब घामाघूम झाले. किती जणांना समजावणार? अभयारण्यात सहली येऊ देतोच आपण. एक म्हातारी बाई – सत्तरीला आलेली, आपल्या सुनेचा आणि लेकाचा हात धरून आली होती. तोंडात दात नाहीत. पाठीचा कणा वाकलेला. चालण्याचं बळ नाही. अर्धवट भरलेलं पोतं ओढत आणावं, तशी हिला आणलेली.

सारखी म्हणत होती, "अरे लेकरानू, मला थोडकं म्होरं न्या रे. डबऱ्यात वाकून बगू द्या. मागनं मला धरा हां. झोक गेला तर आत पडंन."

डी.एफ.ओ. साहेब तिच्या पुढं जाऊन मऊ आवाजात बोलले, "आजी, पुढं होऊ नका. धोका आहे. मागं व्हा बघू. आत पडला, तर वाघाच्या जबड्यात जाल."

म्हातारी म्हणाली, "न्हाई रं बाबा, न्हाई पडायची; पर मला बगू दे. आता माजं दिस किती ऱ्हायलेत? मी कंदी बगायची व्हाग कसा दिसतो ते?" आणि सायबाच्या आलाबला घेण्यासाठी तिनं दोन्ही जीर्ण हात पुढे केले.

लोकांच्या उत्साहाला कोण बांध घालणार? तरशा वाघ बघायला तुफान गर्दी झाली. उरुसाच्या कुस्त्यांना व्हावी तशी. कुस्त्यांपेक्षा एक जास्ती होतं. इथं बाया-बापड्याही आल्या होत्या. लोक बघायला आले की, त्यांना खायलाही लागतं. ते बरोबर आणावे, हे भान फार थोड्यांना होतं. शहाण्यांनी भाकरी बांधून आणल्या होत्या. पाण्यानं भरलेल्या चरव्या आणल्या होत्या. पण बरेच लोक तसेच आले होते. काही न खाता, काही न पिता. मग चाणाक्ष व्यापाऱ्यांनी भेळ, चुरमुरे, शेंगदाणे, भाजक्या शेंगा असलं काहीबाही विकायला आणलं आणि त्यांचा खप हातोहात झाला. विकणारे हाळ्या देत हिंडले.

"घ्या भेळ, ओली सुकीऽ!"

"घ्या शेंगदाणे चिन्मारेऽ"

"घ्या बुड्ढीके बाऽल, बुड्ढीके बाऽल!"

"गोड-गोड गुलाबी, गुलाबीऽ!"

"घ्या वल्ली, भाजकी शेंगऽ!"

अशा आरोळ्यांनी सगळा भाग दणाणून सोडला. ह्या आरोळ्या आणि जमावाची गवगव, बायकांनी एकमेकांना मारलेल्या हाका, लहान मुलांचे चीत्कार आणि रडणं... एकच कालवा झाला.

दरम्यान, फॉरेस्टच्या साहेबांनी डबऱ्याच्या वर उभं राहून खवळलेल्या तरसाला भुलीचं औषध खाण्यातून चारलं होतं. ते खाणं त्यांनी वरून डबऱ्यात सोडलं. पिलांनी चोखून मोठी झालेली तरशीची थानं हालत होती. तरशी हाडांच्या पसाऱ्यात आडवी झाली होती. तिचं नुसतं तोंड खाली-वर होताना दिसत होतं. डबऱ्याच्या काठावरून साहेब बघत होते. मग आबासभाईंनी बेतानं फास सोडून तरसीचे चारी पाय आवळले. गार्डांनी 'हर... हर महादेव'चा गजर करून तिला वर शेंदून घेतली आणि पिंजऱ्यात ढकलून पिंजऱ्याचं दार खटकन झाकून टाकलं.

सगळं व्यवस्थित पार पडलं, म्हणून फॉरेस्ट साहेबांनी कपाळावरचा घाम टिपला आणि ते पिंपळाच्या झाडाच्या बुडाशी टेकले. तोवर जाकिटं घातलेली गावातली चार माणसं साहेबांभोवती गोळा होऊन म्हणाली, "साहेब, गावाची इच्छा आहे की, मिरवणूक घ्यावी!"

चकित होऊन साहेबांनी विचारलं, "मिरवणूक? ती कशाला हो?"

"म्हंजे काय बोलणं झालं हे सायेब? मिरवणूक पायजेच!"

साहेब थक्क झाले होते. म्हणाले, "काय कुणी कुस्ती मारलीय का निवडणूक जिंकलीय म्हणून मिरवणूक काढायची? हा काय मिरवणुकीचा प्रसंग आहे का?"

"कुस्तीच की हो ही! जिवंत वाघाला धरायचा, म्हंजे काय साधी गोष्ट होती का? आणि निवडणूक म्हणाल, तर इतक्या आजूबाजूच्या गावांत हा पराक्रम ह्या गावानंच केलाय. तालुक्यात काय, जिल्ह्यात गाव पयलं आलंय."

गावची पुढारीमंडळीच एकमुठीनं बोलायला लागल्यावर फॉरेस्ट साहेबांचा नाइलाज झाला. ही जनता होती.

रागाला न जाता ते म्हणाले, "काढा मिरवणूक, पण अंधाराच्या आत संपवा. आम्हाला हा तरस पार्कमध्ये पोहोचवून द्यायचा आहे. त्याची सगळी काळजी घ्यायची आहे."

पुढारी तत्काळ कामाला लागले. सहा बैलांची गाडी जुंपावी, का ट्रकवर फळ्या टाकाव्यात? बैलं तरशा वाघाच्या वासानं उधळायची भीती होती.

साहेब म्हणाले, "ट्रकच काढा."

लेझीम, वाजंत्री, गुलाल... सगळी व्यवस्था झाली आणि वेशीतनं मिरवणूक निघाली. पांढरे कपडे घालून पुढारीमंडळी पुढं. ट्रकवर कोण, ह्याबद्दल बराच वादविवाद झाला. अखेर निर्णय होऊन गार्ड, येताळा, आबासभाई ही मंडळी ट्रकवर उभी राहिली. ह्या सर्व गोंधळातून साहेब तेवढे बाजूला राहिले. गावकरीमंडळींनी

फारच आग्रह केला, तेव्हा मिरवणुकीबरोबर चार पावलं चालणं त्यांनी मान्य केलं. साहेब मुळातच शांत स्वभावाचे. त्यात आता प्रयत्नपूर्वक ते शांत राहत होते. गावकरी नाउमेद होतील, असा काही शब्द आपल्याकडून किंवा फॉरेस्टच्या कोणत्याही माणसाकडून होऊ नये, याची काळजी घेत होते.

गवगव वाढली. लेझिमी खळखळत होत्या. हलगीनं घाई घेतली होती. त्यातच उत्साही लोकांनी घोषणा द्यायला सुरुवात केली. एक आवाज, त्यामागोमाग अनेक आवाज –

'वाचवा, वाचवा – तरशा वाघा वाचवा.
वाचवा, वाचवा – बिबळ्या वाघा वाचवा.
वाचवा, वाचवा – पट्ट्या वाघा वाचवा.
वाचवा, वाचवा – वन्य प्राणी वाचवा.'

वाजंत्री, लेझीम, गुलाल अशी दंगल उसळली. तेव्हा घोषणांनाही रंग चढला.

"राजीव गांधी की जय!"
"भारतमाता की जय!"

अशी दणकेबाज मिरवणूक फार दिवसांत गावानं बघितली नव्हती. तरशा वाघही बघितला नव्हता आणि मिरवणूकही बघितली नव्हती. एवढंसं गाव, एवढेसे रस्ते. पण जागोजाग थांबल्यानं लेझिमीच्या घाया, ताशा-वाजंत्रीच्या घाया दाखविणाऱ्यांनी आपला वेळ घेतलाच. मिरवणूक फार सावकाश पुढं-पुढं सरकत राहिली.

साहेब पुढाऱ्यांना म्हणाले, "आता आवरतं घ्या पाटील, अंधार होईल."

"झालं – झालं, आवरलंच."

अंधार झालाच. मिरवणुकीच्या शेवटी तर गॅसबत्त्या डोक्यावर वागवत पाच-दहा माणसं बाजूबाजूंनी जात राहिली. लोकांनी भुईनळे लावले. फटाक्यांचे सर उडवले. घोषणांना ऊत आला. रात्री आठच्या सुमाराला मिरवणूक संपली. पिंजरा गाडीत घालून साहेबांची जीप गावातनं बाहेर पडली. गावानं देऊ केलेलं चहापाणी त्यांनी हात जोडून नाकारलं.

अभयारण्यातल्या लहान पार्कमधल्या कुंपणात काही प्राणी होतेच. हरणं होती. एक अस्वल होतं. तांबडी खार होती. शिंगवालं घुबड होतं. त्यातल्या त्यात एका भक्कम जाळीदार भागात तरशा वाघिणीलाही ठेवलं. खायला दिलं. पाणी दिलं. तरस अजून अशांतच होतं.

फॉरेस्टच्या साहेबांनी सुटकेचा सुस्कारा सोडला. आता इथून पुढं हेडक्वार्टरला जाण्याऐवजी इथल्या रेस्ट हाउसमध्ये मुक्काम करावा आणि सकाळी लवकर जावं,

असा विचार करून ते रेस्ट हाउसमध्येच राहिले. दरम्यान, मोठ्या साहेबांना वायरलेसवरून निरोप धाडला होता की, 'तरसाला वाचवण्यात आपण यशस्वी झालो आहोत.'

त्यांनी धाकट्या साहेबांचे अभिनंदन केलं. म्हणाले, ''आय ॲम प्राऊड ऑफ माय स्टाफ.''

दिवसभराच्या दगदगीनं साहेबांना रेस्ट हाउसमध्ये गाढ झोप लागली होती. सकाळी ते नेहमीपेक्षा जरा लवकरच उठले आणि सगळं आटपून कुर्त्या-पायजम्यात बाहेर येतात, तोच समोर उभ्या असलेल्या रेंजरनं सलाम ठोकला. त्याचा चेहरा उतरला होता. साहेबांनी विचारलं, ''काय सुर्वे, निघायचं का?''

''मोठ्या साहेबांचा वायरलेस आलाय, साहेब.''

''काय म्हणून?''

''पत्रकारांची पार्टी घेऊन अकरा वाजता येताहेत, तरस बघायला.''

''छान! कॅमेरा वगैरे भरून ठेवा आपला. तरसाचा कलर फोटोग्राफ घ्या. फोटोत जाळी मात्र येऊ देऊ नका.''

''पण साहेब....''

''काय?''

''एन्क्लोजरच्या जाड तारा दातरून तरस रात्री पळालं!''

साहेब गप्प उभे राहिले. त्यांना फटाफट दोन शिंका आल्या. मग व्हरांड्यातल्या वेताच्या खुर्चीत ते बसले. आढ्याकडे बघू लागले. थोड्या वेळानं नाक पुसून झाल्यावर बोलले, ''अगदी स्वाभाविक आहे. ती मादी होती. तिची पोरं तिकडे उपाशी असणार. कितीही जाड तारा असल्या, तरी तरसाच्या दातांना त्या भारी नाहीत – ही गोष्ट आपल्या ध्यानात यायला पाहिजे होती.''

समोरच्या झाडावरून उडालेला पिवळ्या पाठीचा सुतार पक्षी कर्कश ओरडला. चौकीदार चहा घेऊन आला.

तो निघून गेल्यावर रेंजर हलकेच पुटपुटले, ''आबासभाईंना जागा दाखवली, तर ते तरस पकडू शकतील, असं वाटतं मला. साडेअकराच्या आत तसं करू का?''

ह्यावर साहेब केवळ थोडंसं हसले आणि त्यांनी चहा कपात ओतला. आपल्याला प्रमोशन कधीही मिळणार नाही. डी.एफ.ओ. म्हणूनच रिटायर होऊ, असं त्यांना वाटलं.

सुर्वे उभेच होते.

त्यांच्याकडे न पाहता साहेब बोलले, ''साधी जंगलातली जनावरं आपल्याला हवी तेव्हा पकडता येत नाहीत. शहाण्यासारखे बोलत जा. मी बोलतो मोठ्या साहेबांशी. त्यांना वस्तुस्थिती कळवली पाहिजे.'' आणि चहाचे घोट घेत राहिले.

घराबाहेर

मुलांसाठी म्हणून काही गोष्टी कराव्या लागतात. आता घरात मांजर नको, असं गुंडू बोका निघून गेल्यावर मी ठरवलं होतं. पोरांच्या हट्टामुळं पर्शियन जातीचं, रंगानं पांढरंशुभ्र असं पिल्लू घरात आलं. तिसऱ्या, चवथ्या मजल्यावरचा फ्लॅट म्हणजे माणसानंसुद्धा नाइलाजानं केलेली तडजोडच असते. इथं आपण सगळ्याला मुकलेलोच असतो. हवा, पाणी, प्रकाश हे सगळं मानून घेतलेलं असतं. घरगुती म्हणावं असं वातावरणसुद्धा ह्या पाचशे चौरस फुटांत आढळत नाही. माणसं जितक्या प्रमाणात तडजोडीला तयार असतात, तितक्या प्रमाणात पाखरं, प्राणी तयार नसतात. पाहिजे तो मोकळेपणा, खाणं-पिणं मिळालं नाहीतर झाड जसं वाळून जातं; तसं प्राणी, पाखरं मरून मोकळे होतात. मांजरं पाळायला मी नको म्हणत होतो, ते ह्या कारणासाठी. चोहोकडं फरशी असलेल्या घरात त्यानं माती कुठं उकरावी, उबेला कुठं बसावं? नखांना धार कुठं करावी? उंदीर कुठं बघावा? आणि हे करता आलं नाही, तर आपलं मांजरपण कसं संभाळावं?

अगदी एवढंसं, लोकरीच्या गोळ्यासारखं हे पिल्लू घरात आलं आणि हळूहळू वाढलं. दूधभात खाता-खाता मासे-मटण खाऊ लागलं. गुबगुबीत झालं. पाचशे स्क्वेअर फुटांपलीकडलं काही जग असतं, हे त्याला कधी कळलं नाही. त्यानं कधी घराचा उंबराही ओलांडला नाही. मुळातच घरंदाज जातीचं असलेलं हे मांजर जास्ती

घरंदाज झालं. त्याला चांगल्या सवयी लागल्या. काही मांजरं 'मागतकरी' असतात. भूक असो-नसो; घरात काही चांगले वास येऊ लागले की, ह्यांचं मागणं सुरू होतं. एक विशिष्ट आवाज काढून ती सारखी मागत राहतात. स्वभावानंच मांजरं चौकस असतात. प्रत्येक मोकळ्या भांड्यात डोकावून बघण्याचा त्यांना मोह होतो. शिवाय, देहधर्म कुठे उरकावेत, ह्या बाबतीत कितीही शिस्त घालून दिली; तरी ती न पाळण्याकडंच त्यांचा कल असतो. त्यामुळं हळूहळू सगळ्या घरालाच स्वच्छतागृहाची कळा येते. तीक्ष्ण नाकाचा कुणीही माणूस घरात आला की, ह्या घरात मांजर आहे, हे त्याला जाणवतं.

आमच्या बोक्याच्या बाबतीत एक गोष्ट बरी होती. तो मुळीच हावरा नव्हता. खाण्यापिण्याला मिळावं म्हणून त्यानं कधीही आरडाओरडा केला नाही. फाजील चौकसपणाही त्याच्यात नव्हता. प्रत्येक उघड्या भांड्यात त्यानं कधी डोकावून पाहिलं नाही. घरात तो आब राखून असे. आम्ही त्याला नाव असं ठेवलं नाही. वाघ म्हटलं तरी खातो, वाघोबा म्हटलं तरीही खातो – हे माहीत असल्यामुळं आम्ही आपले त्याला बोकाच म्हणत असू. लहान होता, तोवर 'माऊ' होता. कळता झाला, तेव्हा बोका झाला. हाक मारण्यासाठी नाव असण्याची जरूर भासली नाही. त्याच्या जेवणाचं भांडं वाजवलं की, तो धावत येत असे. नुसतं इस्ऽ ऽ फिस्ऽ असं तोंडानं केलं, तरीही त्याला कळत असे. 'बोक्या, बोक्या' म्हणून हाका मारल्या, तरीही कळत असे.

असं म्हणतात की, मांजरं काही शिकत नाहीत. मांजराचे भाऊबंद वाघ-सिंह आपण सर्कशीच्या तंबूत पाहतो. चाबकाच्या फटक्यासरशी ते स्टूलावर चढून बसतात. कडीतून उड्या मारतात. पण कुणी सर्कसवाल्यानं मांजराचा उपयोग सर्कशीत करून घेतल्याचं उदाहरण नाही. मांजर शिकत नाही. वानरही शिकत नाही. काळ्या तोंडाचं वानर कधी आपण माकडवाल्याकडं पाहत नाही. वानराला शिकवण्याचा प्रयत्न एका प्राणिशास्त्रज्ञाने करून पाहिल्याची हकिगत सांगतात. ह्या जिद्दी प्राणिशास्त्रज्ञाने वानराचं पोर आणून एका खोलीत ठेवलं. नीट खाणं-पिणं घालून त्याला आपलंसं केलं. मग त्याला तो एकेक गोष्ट शिकवायला लागला. पहिला धडा म्हणजे, देहधर्म उरकायला शिकणं. हे द्वाड वानर रोज खोलीभर घाण करून ठेवीत असे. इथे शी तर तिथे शू, इथे शू तर तिथे शी – असा प्रकार खोलीभर दिसे. शास्त्रज्ञानं हे पाहिलं आणि ठरवलं ह्याला शिकवायचं. सकाळी वानरानं शी केली केली की, खोलीचं दार उघडून शास्त्रज्ञ त्याला पकडे, बोटानं त्याला शी दाखवून ताकीद देत असे.

"हे इथं नाही, बाहेर बागेत.''

ही ताकीद आठवणीत राहावी म्हणून एक जोराचा तडाखा वानराच्या उघड्या

कुल्ल्यावर बसे आणि तत्काळ त्याला उचलून उघड्या खिडकीतून बाहेरच्या बागेत फेकलं जाई.

रोज सकाळी ह्याप्रमाणं आठवडाभर हा प्रकार झाला. सातव्या दिवशी सकाळी शास्त्रज्ञ खोलीचं दार उघडून आत येताच, वानरानं त्याच्या देखत शी केली. तत्काळ आपल्या कुल्ल्यावर आपल्याच हातानं एक जोरदार चापट हाणून घेतली आणि उघड्या खिडकीतून बाहेर बागेत उडी मारली!

कितीही स्वच्छ ठेवलं, तरी घरात पाली होतात. सरपटणाऱ्या महाकाय प्राण्यांची भीती माणसानं कधी घेतली असेल ती असो; आजही तो पाल, सरडा, बेडूक असल्या प्राण्यांना भितो. विशेषत: पोरं आणि बायका फारच भितात. आमच्या घरात लठ्ठ-लठ्ठ पाली फार होत्या. दिवसा त्या फारशा दिसत नसत. रात्री भिंतीवरचे दिवे लागले आणि बाहेरचे कीटक भिंतीवर सरसरू लागले की, पालीची शिकार सुरू होई. दिवसभर कुठे फडताळा, शेल्फाच्या आडोश्याला लपलेल्या लठ्ठ शेपटांच्या पाली फार धीटपणानं बाहेर येत आणि किड्यामागून किडे धरून गिळत. विशेषत: स्वयंपाकघरात ह्यांचा वावर फार होता. आम्ही रात्रीच्या जेवणासाठी टेबलावर बसलो की, पाठीशी असलेल्या भिंतीवर पाली सूरपाट्या खेळत. पुष्कळदा टपकन खाली पडत. रात्रीही अंधारात आपल्याला थोडीशी गुंगी असताना पाली 'चक्ऽ चक्ऽ चक्ऽऽ' असा भयाण शब्द करत आणि झोपेचे खोबरे होऊन जाई.

ह्या पालीविषयी बोक्यांच्या मनातही फारसा सद्भाव नाही, असं मला दिसलेलं होतं. फार पूर्वी एकदा मी आमच्या जुन्या वाड्यात झालेल्या उंदरांवर शिकलेल्या कुत्रीचा वापर केला होता आणि दोन महिन्यांच्या अवधीत घरातले उंदीर नाहीसे केले होते. असाच प्रयोग मी पालींवर करायचे ठरवले. बोक्याला पालीची शिकार करायला शिकवणं, हे मला आव्हानच होतं.

भिंतीवर पाल दिसली की, मी जवळ असलेल्या लाकडाच्या वस्तूवर बोटाने हलका आवाज करीत असे आणि तोंडाने मांजराला बोलावण्याचा इस्ऽ फिस्ऽ फिस्ऽ फिस्ऽऽ असा आवाज काढीत असे.

हा आवाज ऐकला की, असेल तिथून बोका उठून माझ्याकडे येई. मग मी नाना इशारे करून त्याला भिंतीवरची पाल दाखवत असे. ती दृष्टीला पडताच बोका मान वर करून पालीवर नजर रोखी. दरम्यान, त्याच्या शेपटाचे केस उभे राहत आणि ताठ झालेले शेपूट टोकाशी वाकडे होऊन हलत राही.

हळूहळू बोक्याच्या लक्षात आलं की, पाल ही शिकार आहे. मग आम्ही दोघं पद्धतशीरपणे हाका घालत असू. रान काढीत असू. पाल फार उंच असली, तर लांब काठी घेऊन मी तिच्या जवळपास भिंतीवर ठोकून तिला घाबरवीत असे. सरसर अशी ती खाली उतरू लागली की, बोका निमिषार्धात ताड्कन उडी घेऊन पुढच्या दोन्ही

पंजांनी तिला खाली ओढीत असे आणि तोंडात धरून धूम ह्या किंवा त्या गॅलरीत, खोलीत, बाथरूममध्ये, कॉटखाली किंवा कपाटाखाली कुठे तरी घेऊन जात असे. पुढे त्या पालीचं काय होई, हे आम्ही कधी पाहिले नाही. पण माझी खात्री आहे, चंपी कुत्री जशी उंदीर खाऊन टाकीत असे, तसा हा बोका पाल खाऊन टाकत असावा.

पुढे-पुढे तो ह्या शिकारीत फारच तरबेज झाला. मी घरात कुठे बसून बोटाने टक्ऽटक्ऽ केलं, तोंडानं इशारा केला की, हा धावत येई. कावराबावरा होऊन भिंती तपासत राही. एकामागून एक अशा खोल्या साफ करत-करत आम्ही उभे घर पालींच्या जाचातून मुक्त केले. घरात पाल अजिबात राहिली नाही. पाल विषारी असते. ती अन्नावर लाळ गाळते, त्यामुळं विषबाधा होण्याचा संभव असतो. तो आता टळला, म्हणून घरात आनंदीआनंद झाला.

खरं तर पाल विषारी वगैरे नसतेच. (बोक्याला पाली खाऊन मरण आलं नव्हतं.) समस्त साप विषारी असतात, हा जसा एक दृढ समज आहे; तसा पाली विषारी असतात, हाही आहे.

पाली नाहीशा झाल्यामुळं घरात काय-काय उत्पात झाले, ते मी तपासलं नाही. झुरळांच्या संख्येत वाढ झाली असणार. होईना का! बोका शिकार शिकला होता, हा एक लहानसा चमत्कार होता.

पुढं मांजराला कामाला लावणं, हा मला एक उद्योगच मिळाला. कारण पालींची शिकार करता-करता बोका चांगला लांबलचक, देखणा, थोडासा भीतीदायकही दिसायला लागला होता. अधिक चपळ, ताकदवान झाला होता. भिंतीवर पाच फुटांवर असलेली पालही तो प्रयत्नपूर्वक धरत असे.

उन्हाळ्याचे दिवस आले. धरणी फळण्या-फुलण्याआधी सगळीच पाखरं घरटी, अंडी, पिलं ह्या उद्योगाला लागतात. कारण आता पाणी, किडे, अळ्या, दाणे विपुल पैदा होणार असतात. ह्या काळात घरचिमण्या घरात गर्दी करायला लागतात. पंखा, पुस्तकांचं कपाट, दिव्याची शेड – असल्या जागा शोधून त्यात गवताची पाती, कापूस, पिसं आणून कोंबण्याचा त्यांचा सपाटा सुरू होतो. दिवसभर तोच एक नाद त्यांना लागतो. स्वयंपाकघर आणि माझी खोली यांच्या खिडक्या पूर्वेला असल्यामुळं चिमण्यांची गर्दी ह्या दोन्ही ठिकाणी फार होऊ लागली. ह्या दोन्ही खोल्यांतून घरटी करायला सोइस्कर जागा त्यांना मिळत असल्यानं पालीच्या बंदोबस्तानंतर चिमण्यांचा बंदोबस्त करणं, हे काम मी आणि बोक्यानं अंगावर घेतलं.

पालीपेक्षा चिमण्या जास्ती हुशार होत्या, कारण त्यांना पंख होते. भर्रऽभर्रऽ अशा त्या चोहो दिशांनी उडत आणि त्यांच्याकडं बावरून बघत, शेपूट वळवळण्यावाचून बोक्याला काही करता येत नसे. वारंवार तो माझ्याकडं साभिप्राय पाही. हाका काढून चिमण्या त्याच्या आवाक्यात आणून देण्याचं काम मी करावं, अशी त्याची अपेक्षा असे.

माझ्या खोलीला एकूण तीन खिडक्या होत्या. चिमण्या आत येताच ह्या तिन्हीही खिडक्यांची दारं आणि खोलीचं दार बंद केलं तर चिमण्या आत अडकल्या जाणार होत्या. धांदलीत त्या जर खालून उडाल्या, भरारल्या; तरच बोक्याला काही संधी होती. चपळाईनं ही दारं बंद केल्यावर माझ्या (आणि बोक्याच्याही) ध्यानात आलं की, काचेच्या पारदर्शक खिडक्या बंद केल्या तरी पलीकडचे अवकाश दिसत राहिल्यामुळे चिमण्या पुन:पुन्हा भरारून खिडकीवर जात, काचेवर आपटत. अशा झटापटीत मी बोटानं आवाज करून, तोंडानं इशारा करताच बोका टेबलावर चढला. शेपटू वळवळत उभा राहिला आणि चिमणी काचेवर आपटताच त्यानं किरण साधून तिला पकडली.

ह्या शिकारीचा त्याला विलक्षण आनंद झाला. टेबलाच्या खाली चिमणी तोंडात धरून घशातल्या घशात भयकारी गुरगुराट करून त्यानं मला जवळ येऊ दिलं नाही. ही शिकार माझीच आहे. याद राखा; कोणी ती घ्याल तर – असं मला वरचेवर बजावलं. एक-दोन-तीन चिमण्या मिळताच तो ह्या शिकारीतही तरबेज झाला.

चिमण्यांनी बोक्याची भीती घेतली. गॅलरीच्या कठड्यावर घोळक्यानं जमून त्या बोक्यावर शिव्याशापांचा भडिमार करत. खिडक्या उघड्या मिळाल्या तरी खोल्यांतून घुसणं टाळत. ह्या घरात घरटी करणे म्हणजे जिवाशी गाठ आहे, हे त्यांना पुरतं कळलं होतं.

एके दिवशी चमत्कारच झाला. कशी कोण जाणे, दुपारच्या शांत वेळी पारव्याची एक जोडी खिडकीतून खोलीत आली आणि पुस्तकांच्या शेल्फवर बसून त्यांचं घुमणं सुरू झालं. शेल्फवर घरटं घालण्याचा विचार त्यांच्या मनात आला असावा.

मी मुख्य दार थोडंसं पुढं केलं. दोन्ही खिडक्या बंदच होत्या. तिसरी खिडकीही हळूच बंद केली आणि बोक्याला इशारा केला. उघड्या दारातून तो आत येताच दारही बंद करून घेतलं.

पुढच्या पाच-सहा मिनिटांत दहा बाय दहाच्या त्या खोलीत भयंकर समरप्रसंग घडला. पंखांची विलक्षण फडफड झाली, पिसं उडाली. पुस्तकं धडाधड खाली कोसळली. फ्लॉवरपॉट टेबलावरून खाली कोसळून फुटला. पाणी चोहोकडं उडालं. कबुतराचा मोठा नर बोक्यानं पकडला. मादीनं फडफडाट करून आकांत केला. बोका गुरगुरत कॉटखाली गेल्यावर, खिडकी उघडून मला मादीला बाहेर धुडकावून लावावं लागलं.

संध्याकाळी कॉटखाली बघितलं तर पिसांचा, पंखांचा हा मोठा ढीग, रक्ताचे सुकलेले ओघळ, चोच, पाय... खोली स्वच्छ करणं, धुऊन-पुसून घेणं – हा एक मोठाच व्याप झाला.

ह्या मोठ्या शिकारीपासून बोका बदलला. गुर्मी, बेदरकारपणा, धिटाई त्याच्या चालण्यातून, ओरडण्यातून दिसायला लागली. आधीचा भित्रेपणा, मवाळपणा पार नाहीसा झाला. आमचा पांढरा पर्शियन बोका पार बदलला. आता तो एक बलाढ्य शिकारी झाला होता. त्याच्या डोळ्यांत सततचा सावधपणा आला होता.

चालता-चालता मध्येच थांबून काही चाहूल लागल्यासारखा तो कान टवकारून अडगळीच्या जागेकडं बघत राही. ह्या वेळी त्याचं शेपूट अत्यंत सज्ज दिसे. योद्ध्याच्या शस्त्राचं वैभव त्या फुगीर शेपटाला येई.

आमच्या छोट्याशा हॉलमध्ये काळ्या रेक्झिननं मढवलेले तीन कोच होते. एक लांबडा आणि दोन खुर्च्या. त्यांच्या मानेवर उडी घेऊन हा बोका पुढच्या दोन्ही पंज्यांची नखे खराखरा ओढून त्यांना धार लावे. एक-एक करता-करता तिन्हीही कोचांचे खांदे त्यानं टवके काढून, ओरबाडून खराब करून टाकले. आपली सगळी रग तो ह्या कोचांना ओरबाडण्यात खर्च करी.

आता देहधर्म उरकण्यातली शिस्त त्यानं ठोकरून दिली होती. घरातल्या धुराळ्यानं भरलेल्या कुठल्याही कोपऱ्याकडे पाठ करून तो उभा राही आणि मुताची तुरतुरी उडवून, शेपूट झाडून चालू लागे.

माझ्या खोलीत अलीकडे काहीबाही जुन्या वस्तू येऊ लागल्या होत्या. जुने-जुने ग्रंथ बरेच जमले होते. काही भांडी होती. काही मूर्ती होत्या. काही शस्त्रं होती. एकूणच खोलीला पुराण वस्तु-संग्रहालयाचं रूप आलेलं होतं. वास, वस्तूंची गर्दी, अपुरा उजेड आणि एकांत ह्या एकत्र नांदणाऱ्या गोष्टींमुळे बोक्याला माझ्या खोलीत वारंवार जायला आवडे.

एके दिवशी सकाळी टेबलावर ठेवलेली माझी कातडी बॅग ओली झालेली आढळली. पावसाचे शिंतोडे खिडकीतून आत उडाले असतील, असं सुरुवातीला वाटलं. बॅग घेऊन मी नोकरीच्या जागी, म्हणजे आकाशवाणीत गेलो. दोन-तीन दिवसांनी पुन्हा बॅग ओली वाटली. नको वाटावा असा वासही बॅगेला आला.

नक्की प्रकार कळण्यासाठी बॅग तीन-चार वेळा ओली व्हावी लागली. आणि मग कळलं की, बोक्यानं ऑफिस बॅगेचा अनादर केलेला आहे!

गोष्ट लक्षात येताच राग येण्याऐवजी मला कौतुकच वाटलं! सेवावृत्ती ही श्ववृत्ती आहे. पंडितानं ती करू नये, असं मनूचं सांगणं बोक्यापर्यंत पोहोचलेलं होतं! माझ्या कातडी बॅगेवर तुरतुरी सोडून बोक्यासारख्या बलाढ्य शिकाऱ्याने सेवावृत्तीसंबंधीची तुच्छता व्यक्त करावी, हे खरोखर कौतुकास्पदच होतं.

मी ही कातडी बॅग टाकून दिली आणि शबनम बॅगमध्ये कागदपत्रं ठेवून ती अडकवून कचेरीला जाऊ लागलो.

माझ्या राजकीय मतप्रणालीत काही मूलगामी बदल झाला असावा, अशी शंका काही निकटवर्ती मित्रांनाही आली.

जुने ग्रंथ काही आपण रोज उलटेपालटे करीत नाही. कद, उपरणी, मुकटे, पैठणी यांच्या जरतारी घड्या प्रसंगानंच उघडल्या जातात. उपनिषिदांची भाषांतरं, ऋग्वेदाचं भाषांतर, अर्थशास्त्र, पुराण असले ग्रंथ कधी तरी पाहावे लागतात. त्याच्याविषयीही आपला अनादर बोक्यानं दाखवला आहे, हे लक्षात आलं; तेव्हा

मात्र मला वाईट वाटलं. फार हळहळलो. मनात म्हटलं, 'हे बेटं मांजर, भलतंच उंडारलं हं! ह्या खोलीकडं त्याला फिरकू देता कामा नये.'

दिवाळी आली. माझ्या टेबलावरचा दिवा रात्र-रात्र जळू लागला. पुष्कळदा रात्री दोन-अडीच वाजेपर्यंत मी लिहीत बसत असे. आणि मग झोपत असे. लिहिलेले कागद तसेच टेबलावर असत. कधी लिहायचा कंटाळा आला की कोरे, न आखलेले कागद समोर ओढून मी त्या लेखाची चित्रे रेखाटत असे. तेही कागद टेबलावरच असत.

एका सकाळी हे सगळे कागद ओले झालेले दिसले.

लेखकाच्या घरातल्या मांजरानं साहित्याबद्दल दाखवलेली ही अनास्था मात्र भयंकर होती. ग्रंथ जुने होते. त्यांना वास होता. माझी कातडी बॅगही वासाची होती. पण हे पांढरेशुभ्र कागद, त्यावरची अक्षरं, रेखाटनं – ह्यावर आपला राग बोक्यानं का दाखवावा?

हा भयानक प्रकार एकवार... दोनवार... तीनवार झाला आणि मग मात्र माझा राग अनावर झाला. पहिला विचार मनात आला की, चार नंबरचं एक काडतूस खर्ची घालावं. पण मांजर पोरानं पाळलेलं होतं. बोक्याला एवढ्या गुन्ह्यासाठी देहान्त प्राय:श्चित्त फार झालं असतं.

रात्रभर विचार केला. शेवटी भल्या सकाळी उठून घरातलं कोणी जागं झालेलं नाही अशा वेळी बोटांनी टक्ऽ टक्ऽ आणि तोंडानं उस्ऽ फिस्ऽ फिस्ऽ करून मी बोक्याला बोलावलं. आला. खोलीतल्या आढ्याकडं डोळे लावून शेपूट हलवायला लागला.

मी म्हणालो, "बोक्या, तू गड्या फार मातलास. ग्रंथ, साहित्य, कला – कशाचं भान तुला राहिलं नाही. ह्या घरात राहायला तू आता लायक राहिलेला नाहीस. चल."

त्याच्या मानगुटाला धरून मी जिने उतरू लागलो. एक... दोन... तीन... चार... पाच – खाली आलो आणि आवारात फेकला.

कुठूनही पडलं तरी मांजर चार पावलांवरच पडतं. तसा हा पडला आणि धूम पळाला. मागच्या बाजूची कुंपणवजा उंच भिंत चढून त्यानं पलीकडं उडी टाकली. पुढं मला काही दिसलं नाही. पलीकडं खेळायचं मैदान होतं. त्यापलीकडं आडवा रस्ता, पलीकडं भांडारकर प्रा. विद्या संशोधन मंदिर, त्याही पलीकडे हनुमान टेकडी.

चार-सहा दिवस गेले. मुलाला मी समजावून सांगितलं होतं, त्यामुळे घरात काही गोंधळ झाला नव्हता. पण माझं मलाच कुठं तरी वाटत होतं, बोका असा जाणार नाही. डोळे बांधून, पोत्यात घालून मुद्दाम लांब नेऊन सोडली, तरी मांजरं घर बरोबर शोधत परत येतात. तसा हा एके दिवशी माघारी येईल. पण, नाही आला. गेला तो गेलाच. कुठं गेला, कुठं राहिला; कोण जाणे. ह्या बोक्याचं पुढं काय झालं, ते कधी कळलं नाही.

■

गा वाकडं

सकाळी दादर स्टेशनावर उतरल्यापासून पाठीशी बोचकं घेऊन बापू हिंडत होता. मुंबईच्या रस्त्यांवरून हिंडत होता. रस्त्यावरून सारख्या येणाऱ्या-जाणाऱ्या मोटारी, ट्राम, बस यांना बुजला होता; तरी नेट धरून एखाद्या साधारण पोशाख केलेल्या माणसाला थांबवून हातातलं जोडकार्ड दाखवून विचारीत होता, "ह्यो पत्त्या एवडा सांगता का कुटंशीक आला, त्यो?"

– आणि त्यानं सांगितल्या दिशेनं जात होता. बराच वेळ तो असा वरावरा हिंडला आणि अखेर शिवडीला, मून मिलच्या शेजारी पोहोचला. नक्की घर सापडणं अद्यापही कठीण होतं. त्यासाठी पुन्हा कुणाला तरी विचारायलाच पाहिजे होतं, म्हणून फूटपाथवर उभं राहिला आणि जाणाऱ्या-येणाऱ्याकडे पाहू लागला.

समोरून एक माणूस विडी ओढत येत होता. झिंज्या वाढलेला आणि अंगात जाकीट घातलेला. त्याचा झोक तमासगिरासारखा वाटला, म्हणून बापूनं त्याला थांबवलं आणि विचारलं, "इतं बंडा मांग कुठं ऱ्हातो, वं? पत्र्याची चाळ हाय. समदी तमासगीरं ततंच ऱ्हात्याती."

त्यानं बापूचं बोलणं नीट ऐकून घेतलं. विडीचा शेवटचा झुरका मारला आणि थोटूक फेकून देऊन धूर सोडत बोलला, "हं-हं! ढोलग्या बंडा व्हय? चल, दाखवतो."

बापू त्याच्या पाठोपाठ गेला.

कोपऱ्यावरल्या घाणेरड्या हॉटेलापुढं टाकलेल्या बाकावर बंडा बसला होता – धोतराची लुंगी लावून आणि अंगात एक रंगीत 'गंजिफरास' घालून दोन पैशाला एकवाली 'शिग्रेट' ओढत. त्याच्याकडे हात फेकून तो जाकिटवाला म्हणाला, "त्यो बगा बसलाय हाटेलम्होरं –" आणि पुन्हा जरा आवाज उंचावून म्हणाला, "अरं ए बंडा, कोन महिमान आल्यात बघ तुझ्याकडं!"

भावा-भावांची नजरानजर झाली. बाकड्यावरून धांदलीनं उठून बंडा पुढं आला आणि बापूला भेटून म्हणाला, "अरं, महिमान कुठला – ह्यो माजा बापूराया! ये – ये. कसा आलास बाबा? वरीस झालं बघून!... कागद न्हाई धाडलास, येनार म्हनून? बरं झालं आलास. ये. लई हिंडावं लागलं का रं, पत्त्यापायी? लई पडला का तकाटा? आँ?"

त्याच्या निबरट आणि काळ्या चेहऱ्यावर धाकट्या भावाच्या भेटीमुळं झालेला आनंद दिसत होता. तो हरखला होता.

बापूलाही आनंद झाला होता. त्यानं उत्तर दिलं, "छ्या! लई नाही तकाटा. तवाच घावलं. इच्यारत-इच्यारत आलो नेमका."

बंडानं त्याच्या हाताला धरलं आणि तो हाटेलात शिरला. काउंटरवर बसलेल्या बारक्या डोळ्यांच्या शेटजींना म्हणाला, "ह्यो बापू. भाऊ माजा धाकला. आत्ताच आला गावाकडनं."

बंडानं पोऱ्याला ऑर्डर दिली.

"एक खिमा पिलेट आन् चार चपात्या लाव जलदी. पयलं पाणी दे." आणि बापूला म्हणाला, "भुक्याजला असशील, बापू. खा अगूदर."

बापू म्हणाला, "घराकडं जाऊ की! खायाला ईल थांबून जरा. मला काय इकत्या भुका न्हाइत्या लागल्या."

पण बंडानं ते ऐकलं नाही. बापूही भुकेजला होता. त्यात खाणं असलं अपूर्वाईचं. त्यानं बोचकं खुर्चीच्या पायाशी ठेवलं. धुरकटलेल्या काचेच्या ग्लासातून पाणी घेऊन चूळ भरली आणि बंडाला म्हणाला, "तू बी ये की माज्यासंगं!"

"मला नगं. मी आत्ताच जेवलो. तू घे." असं म्हणून बंडानं त्याला एकट्यालाच खायला लावलं आणि चौकशी केली, "काय हवाल गावाकडची? खुशाली हाय का समदी?"

हे विचारताना त्याचा चेहरा पडला होता. त्याला जाणीव झाली होती की, आपण गेल्या दोन वर्षांत तिकडची काही चौकशी केली नाही. बायको, पोरं, म्हातारी आहेत का मेली – याची चौकशीही केली नाही. जणू आपल्याला मागं कुणी नाही, असंच राहिलो. क्वचित तिकडं काही विशेष घडलं असेल आणि त्याची दखल

देण्यासाठी बापू आला असेल, म्हणून खाली मान घालून खाणाऱ्या बापूला त्यानं पुन्हा विचारलं, ''एकाएकी कसा आलास बापू? तकडची खुशाली हाय न्हवं?''

''हाय... खुशालीच म्हनायची.'' बापू बोलला, ''तुमी इकडं खुशाल असल्यावर मग काय?''

बापू हे अशा तऱ्हेनं बोलला होता की, ही खोच बंडाला कळावी; त्याला सगळं उमजावं.

एक-दीड वर्षापूर्वी 'हतं काय भागत न्हाई. मी म्हमईला जातो. तकडं काम बघतो. काम लागलं, म्हणजे पैका धाडीन. तू घर संभाळ –' असं बापूला सांगून बंडा गावाबाहेर पडला होता. त्यानंतर, 'मला तमाशात काम मिळालं आहे. खुशाल आहे', असं त्याचं एक जोडकार्ड आलं होतं. त्यावर पत्ता होता. त्यानंतर मात्र त्याचा काही पत्ता नव्हता. बापूनं चार-दोन कार्डं टाकली, पण त्यांचं उत्तर आलं नाही. मुंबईला असलेला कोणी गाववाला सुट्टीवर आला, म्हणजे बापू त्याच्यापाशी चौकशी करी. क्वचित कुणी बंडाची गाठ पडल्याचं सांगे. डिलाइल रोडवरच्या तमाशाच्या थिएटरात त्याला आपण पाहिला, असं सांगे. त्यामुळं बापूला बरं वाटे. असं वर्ष-दीड वर्ष गेलं होतं. बापू मोलमजुरी करून घर चालवत होता, कारण बंडासारखं काही कसब त्याच्यापाशी नव्हतं. बंडा नामांकित ढोलक्या होता. त्यानं गावकी करून कधीच पोट भरलं नाही. तमाशात काम करून तो कमाई करी. पण ती मिळकत मर्यादित होती. उरुसा-जत्रेच्या निमित्तानं झालेल्या खेळातून कितीशी मिळकत होणार? मुंबईच्या थिएटरातून रोज खेळ होतात. तिथं चांगली मिळकत होते. कमाई होईल, या हिशेबानं बंडा मुंबईला आला होता आणि सगळं जू बापूच्या खांद्यावर पडलं होतं. तो ते आजपर्यंत वागवीत होता. आणि, इकडे बंडा निवांत होता. खिमा-चपातीचं जेवण जेवीत होता आणि हॉटेलपुढं बसून दोन पैशाला एकवाली शिग्रेट ओढीत होता. घरची माणसं तिकडं उपासतापास काढीत असताना इकडं चैनीत राहत होता. म्हणूनच बापू तसं खोचून बोलला.

बंडाचं तोंड उतरलं. वेळ मारून नेण्यासाठी तो म्हणाला, ''मिळालेला पैका कसा उडतो, त्येचा पत्त्याच लागत न्हाई बघ, बापू. आन् हतं, शारगावात ह्या मानसांवानी ऱ्हावं लागतं; कापडंचोपडं चांगली घालावी लागत्यात. इकडं आल्यापासून तुमाकडं पैका धाडीन-धाडीन म्हणतोय, पन काय जमत न्हाई!''

आपली ही सबब अगदी लंगडी आहे, बापूला ती पटणार नाही, या जाणिवेनं तो क्षणभर थांबला. बापू काय बोलतो, त्याच्या चेहऱ्यावर काय भाव उमटतात, हे अजमावण्यासाठी थांबला आणि तो काही बोलला नाही. खाली पाहून मुकाट जेवतो आहे, हे पाहून पुढे बोलला, ''आन् मी बी तिकडचा लई घोर केला न्हाई. म्हटलं, बापू हाय तकडं, तो समदी यवस्ता करंल. माज्यापरीस झकास घर संबाळंल. मी

बिनघोर ऱ्हायलो हकडं!''

"आरं व्हय, पन खुशालीचा कागुद तरी धाडायचा! आमी तकडं काय समजावं? समदं घरबार पाखरावानी वाट बगतंय आन् तू हकडं निवांत ऱ्हाइलास. म्हनावं तरी काय? आपला मुलूख कसला! तकडं पावसाची बारमाही बोंब! ह्या साली तरी पाऊस न्हाई! रानात मोलमजुरी करून पायली-अडशिरी मिळायचं, तेबी मिळंनासं झालं. घरात खानारी चार तोंडं. भागावं कसं? करावं काय?''

बापूच्या ह्या बोलण्यावर बंडा गप्प बसला. त्याचं बोलणं रास्त होतं. बंडाकडून चुकलं होतं.

बापूचं खाणं आटोपलं. धोतरानं तोंड पुसून त्यानं बोचकं उचललं आणि तो बंडाला म्हणाला, "घराकडं जायचं न्हवं?''

"तर-तर! हतंच हाय, मागल्या बाजूला. चल की!''

असं म्हणत तो पुढं झाला. जाता-जाता शेटजींना म्हणाला, "पैसे राहू द्या, शेटजी... मांडा माज्या खात्यावर.''

– आणि बाहेर पडला; त्याच्या मागोमाग बापूही. रस्ता सोडून ते एका बोळात शिरले. राडीची डबकी चुकवीत पत्र्याच्या चाळीपाशी आले आणि तिसऱ्या नंबरच्या खोलीत शिरले.

त्या टीचभर खोलीत निम्मी जागा एका खाटल्यानं अडवली होती आणि त्याच्यावर टाकलेल्या मळकट वाकळेच्या गळाठ्यात एक बाई लोळत होती.

आत शिरताच तिला उद्देशून बंडा म्हणाला, "अगं हिरा, आपला बापू आला, बघ!''

हिरा माजलेल्या मांजरिणीसारखी खाटल्यावरच उठून बसली. तिचे केस विस्कटलेले होते. अंगात नुसती काचोळीच होती. अंगावरल्या किटलेल्या पातळाचा तिनं नीट पदरही घेतला नाही. मान वाकडी करून आणि भुवया उंचावून नखरेलपणानं ती म्हणाली, "व्हय का? कवा आलं....?''

– आणि बापूकडं पाहू लागली. ओढ्यातल्या वाळूत कुस्त्या खेळून कमावलेलं त्याचं घट्ट शरीर न्याहाळू लागली. त्याची नि बंडाच्या शरीराची तुलना करू लागली. बंडानं बापूच्या हातातलं बोचकं घेऊन कोपऱ्यात ठेवलं.

बापू उभ्या-उभ्याच खोलीतून दृष्टी फिरवीत होता. धुरानं काळ्या पडलेल्या, कसल्या तरी आंबूस आणि कुबट वासानं भरलेल्या, कपडे आणि सामानसुमान ह्यांनी गिचमडलेल्या खोलीतून दृष्टी फिरवीत होता आणि त्याच वेळी मनात म्हणत होता की, ही हिरा कोण? ही इथंच राहते काय?

आडव्या दोरीवर लोंबकळणारं जरीकाठाचं नवं पातळ, चोळी, चाळ आणि त्यांच्या लगतच अडकलेलं ढोलकं पाहिल्यावर त्याला अंधूकशी कल्पना आली;

पण तिच्या खरेपणाबद्दल तो साशंक राहिला. म्हणाला, 'असेल कुणी तरी. काय करायचं आहे आपल्याला?' आणि पटका काढून खाली बसला.

बंडा मनातून थोडा वरमला होता. घरी बायको-पोरं आहेत, त्यांची विचारपूस न करता आपण बाई ठेवून इथं मजेत राहिलो आहोत, हे सारं आता बापूला कळणार – या जाणिवेनं तो वरमला होता. तरी पण वरून त्यानं अवसान आणलं होतं. बापूच्या शेजारीच टेकून तो म्हणाला, ''मग आता काय करावं म्हनतोस? तू बी ऱ्हा इथं गिरनीत कामाला. पर तकडं घरी कोन?''

''घरी हाय कोन आता? तुजी बायकू पोरांस्नी घेऊन गेली आपल्या बाकडं. घरात म्हातारी आन् माजी बायकू हाय. ती ऱ्हात्याल नीट. आता तकडचं घोर का?'' बापूनं उत्तर दिलं.

घोर करण्यासारखं घरात कुणीच नव्हतं. बंडाच्या बायकोनं एक वर्षभर दादल्याची वाट पाहिली. त्याचं पत्र येईल, पैसे येतील आणि आज ना उद्या आपल्यालाही तो मुंबईला घेऊन जाईल, या आशेवर ती वर्षभर राहिली.

बापू केकताड तोडून आणायचा. ते भिजत घालायचा. बडवून त्याचा वाख करायचा आणि नाडा, सौंदूर करायला बंडाची बायको बापूला मदत करायची. पण मग पुढं ती या व्यापाला कंटाळली. 'वरीस झालं, दादल्याचा पत्त्या न्हाई. त्यानं माजा कटाळा केलाय. मला टाकून दिलीया. मी बाकडं जात्ये.' असा आक्रस्ताळीपणा करून मग एके दिवशी ती गेली. पोरगं काखोटीला मारून आपल्या बापाकडे गेली. घरात म्हातारी आणि बापूची बायको राहिली. त्या दोघींची काळजी करण्याचं कारण नव्हतं. बापूची बायको लहान होती. अद्याप 'शानी' झाली नव्हती, आणि तिचं माहेरही गावातच होतं. ती तिकडं जाऊन-येऊन असायची. म्हातारी अजून चांगली टणक होती. घरात होतं, त्या पसाकुडता धान्यावर ती राहिली असती – सुनेला संभाळून राहिली असती. तिनं बापूला येताना तसं सांगितलंही होतं. बोचकं पाठीशी बांधून बापू जायला निघाला, तेव्हा दोन्ही हात त्याच्यापुढं पसरून ती म्हणाली होती, ''त्येला सांग. म्हनावं – आरं, हकडं घरातली मानसं गिधाडांनी खाल्ली, तरी तुला त्यांची सई कशी न्हाई? ग्येलास, तो तकडंच, भुतानं गिळल्यावाणी गप कसा झालास? तुज्या बायकापोरांस्नी कुनी संबळावं? त्येंच्या पोटाला कुनी घालावं? बापू, कानाचं गड्डं धर त्येच्या आन् इच्यार. तमाशात गेलाय... घरादाराची चौकशी न्हाई, आपली न्हाई. मानूस हायेस का राकिसाच्या पोटचा हायेस?''

हे सगळं बंडाला सांगून त्याचे कान उपटण्यासाठी बापू मुंबईला आला होता. 'जमलं, तर मीही तिकडं काम बघीन. पैसे कमवून माघारी येईन. तोवर तुम्ही गावात नीट राहा', असं सांगून आला होता. घराकडची काळजी करायचं कारण नव्हतं.

''तसं बोलून कसं भागंल?'' इतका काळ गप्प असलेली हिरा खवचटपणानं

म्हणाली, "लग्नाची बायकू तकडं एकटी ठेवून हकडं ऱ्हाऊन कसं चालतं?"

बंडाला तिचं बोलणं कळलं. तो ठिसकला, "तुला कुनी सांगितलंय मधी तोंड घालायला? गप पड की."

त्याच्या नाकपुड्या फुगल्या. कपाळाला आठी पडली. पण हिरा दबली नाही. म्हणाली, "मला कुणी सांगावं लागत न्हाई. मनाला आलं की, बोलत्ये. मनाला आलं की, करत्ये!"

"अगं, पण...."

"तसं दटवावं लग्नाच्या बायकूला; मी न्हाई ऐकून घेनार."

बंडा संतापला, चिडला, ओठावर दात रोवून तिच्याकडं पाहू लागला. आपल्या धाकट्या भावादेखत हिरानं असं बोललेलं त्याला खपलं नाही.

बापूला त्या गोंधळाचा अर्थ लागला. या बाईचे आणि बंडाचे संबंध कशा प्रकारचे आहेत, हे त्याला कळलं. बायको-पोरांची, घरादाराची चौकशी न करता बंडा वर्षभर का आणि कसा राहिला, याची त्याला कल्पना आली.

त्यानं अंगरख्याच्या खिशात हात घातला आणि हळूच विचारलं, "पानं हैती का?"

बंडा उठला. दोरीवर लोंबकळणाऱ्या सदऱ्याच्या खिशात हात घालून त्यानं चंची बाहेर काढली. पानं संपली होती. तो बापूला म्हणाला, "खलास झाली. आनाय पाहिजेत."

"हाटेलपाशी हाय न्हवं दुकान?"

"हूं."

"मी घिऊन येतो."

पटका डोक्यावर बसवीत बापू बाहेर पडला. मुद्दामच काही तरी निमित्तानं बाहेर आला. कारण त्याला माहीत होतं की, या दोघांच्या भांडणात आपण तिथं राहून उपयोगी नाही. आपली अडचण तिथं नको. पानं आणण्याच्या निमित्तानं बाहेर पडून काही वेळ इकडे-तिकडे रेंगाळणार होता आणि मग सावकाश घरात जाणार होता.

बापूचा पाय घराबाहेर पडताच बंडा हिरावर ओरडला, "पोरगं गावाकडनं आलंय, समोर बसलंय आन् त्येच्या म्होरं मला अशी बोलतीस? तुला काय लाज, अब्रू?"

"मला न्हाई लाज, अब्रू – येशीला टांगलीय पयलीच."

"ते मला ठावं हाय."

"मग कशाला बोंबलतूस?"

"गेले चार दीस तू माजं रगत खातीयास... हिरे, मला कळत्यात तुज्या गमज्या आन् तुझं काय खेळ चालल्यात, ते."

बंडाचा आवाज आता जास्त चढला होता. त्याच्या कपाळावरली शीर फुगली होती.

"मला ठावं हाय, हे तू बोलत न्हाईस; तुज्या अंगावरलं बोलतंय... त्यो तात्या बोलतोय."

चावऱ्या कुत्रीसारखी हिरी खाटल्यावरून उठून बंडाच्या अंगावर आली आणि खेकसली, "गप बस, माकडा! त्येचं कशाला नाव घेतूस तीन-तीनदा? हाय त्येच्यावर माझी खुशी. काय करनार हैस तू? तुजी काय सत्ता हाय माज्यावर? मी मन मानंल त्येच्याकडं...."

बंडानं पुढं आलेल्या हिरीच्या गालावर फाड्‌कन थोबाडीत दिली. ती भेलकांडली, तशी पुन्हा दोन लाथा तिच्या कंबरड्यावर घातल्या. खाटल्याच्या खाली गेली, तेव्हा पायाला धरून ओढून काढली आणि बुकलली. ती ओरडत होती, किंचाळत होती, घाणेरड्या शिव्या देत होती; आणि 'मर, मर! तुला असंच पायजे!' असं बडबडत बंडा लाथा-बुक्क्या घालीत होता. चिखल तुडवल्यासारखी तिला तुडवत होता.

तीन नंबरच्या खोलीत असा महारगोंधळ चालला होता, तरी आजूबाजूला राहणाऱ्या तमासगीरमंडळींतून कोणी त्याची दखल घेतली नाही. कोणी सोडवायला आलं नाही. हे प्रकार नित्याचेच. सर्वांच्यात कधीमधी चालणारे. कोणी पुढं व्हावं आणि कोणी सोडवावं? 'घाला गोंधळ आणि तोडा दावी', असं म्हणून असल्या गोष्टीकडे दुर्लक्ष करणंच सोईचं.

हिरीला हात दुखेपर्यंत बुकलल्यावर बंडा तावातावानं बाहेर पडला. त्याला शिव्यांची लाखोली वाहत, रडत-भेकत हिरी खोलीत अस्ताव्यस्त पडून राहिली.

अलीकडे हिरीचं आणि बंडाचं बिनसलं होतं. दोघांची वरचेवर धुसफुस होत होती. वर्ष-सहा महिने गोडीगुलाबीनं राहिल्यावर हिरी त्याच्याशी बेइमानी करू लागली होती. फडातल्या तात्या सुरत्याकडे आकर्षित झाली होती. त्याच्याशी उघड-उघड चेष्टामस्करी करीत होती आणि हे बंडाच्या डोळ्यांत आलं होतं. त्यामुळं तो दुखावला होता.

त्याचं म्हणणं होतं की – घरदार, बायकोपोरं सोडून मी हिच्यामागं लागलो; तीही खुशीनं माझ्याशी राहिली. माझी मिळकत मी तिच्यापायी खर्च करतोय. लग्नाच्या बायकोसारखी तिला संभाळतोय. हे सगळं ध्यानात घेऊन तिनं माझ्याशी बेइमान होऊ नये. मी तिला जन्मभर अंतर देणार नाही. उलटपक्षी हिरीचं मत असं होतं की, मी कुणाची बांधील राहणार नाही. याच्यावर मी आशक झाले, वर्षभर त्याच्यापाशी राहिले, त्याला माझ्या खोलीत राहायला जागा दिली. मी काही कुणाच्या मिंध्यात नाही. माझं मी मिळवतेय. माझं मी काय वाटेल ते करीन. त्या तात्या सुर्त्याबरोबर राहीन, नाहीतर फडातल्या मालकापाशी राहीन. जिथं जास्त पैसा,

सुख, चैन – तिथं राहीन. माझ्या मनाची खुशी. त्यानं माझ्यावर सक्ती का म्हणून करावी? मी काय त्याची लग्नाची बायको आहे? मी का म्हणून त्याच्या ताब्यात राहू? – अशी ही भानगड होती. अगदी अलीकडंच चालू झाली होती. रोज याबद्दल भांडणं होत. आज सकाळीसुद्धा धुसफुस झाली होती. कडाक्याची तोंडातोंडी होऊन बंडा बाहेर पडला होता. ओळखीच्या मुलसमानी हॉटेलात जेवला होता आणि बाहेरच्या बाकड्यावर सिगरेट ओढीत बसला होता. तेवढ्यात बापू आला होता आणि मग हा सगळा प्रकार होऊन, इतके दिवस न झालेली मारझोड झाली होती. इतके दिवस जुळलेलं सूत तुटलं होतं.

संध्याकाळचे सहा वाजले. गिरणी सुटली. उगाच इकडं-तिकडं भटकून बापू परत घराकडं आला, तेव्हा हॉटेलापुढं बसलेला बंडा त्याला दिसला. त्याला पाहताच उठला आणि म्हणाला, "बापू, येळ झाली. थेटराकडं जायला पायजे. आज पयली बारी आमची हाय!"

"कुटंशीक हाय थेटर?"

"हाकडं हाय – डिलायल रोडला. येतूस का बगायला?"

"लई लांब हाय का?"

"हाय मैल-दीड मैल. हतं कुईबावडीला जायचं आन् ततनं जरा म्होरं गेलं, म्हंजे आलंच. चल, येनार असलास, तर – राती अकरापतूर संपंल बारी. मग येऊ म्हनं समदी मिळून म्हागारी."

बापूनं होकार दिला. दोघं मिळून घराकडं गेले. बंडानं दोन मांड्यांवर धोतर नेसलं. मलमली सदरा घालून त्याच्यावर जाकीट चढवलं. गुलाबी रंगानं रंगवलेला पटका झोकात बांधला आणि ढोलकं पाठीशी मारून तो म्हणाला, "चल."

हिरानं फुगे पाडून केस विंचरले. त्यावर फुलांची वेणी घातली. पान खाऊन ओठ रंगवले आणि तिघंही थिएटरकडे निघाली. बाकीच्या दोन बायका, सुरत्ये, सांजिदे – सगळी मंडळी तयार झाली आणि एकामेळानं मिळून थिएटरकडं गेली. पायी-पायीच.

डिलाइल रोडला पत्र्याचं थिएटर होतं. पण बघणाऱ्याला तिथं लाकडाची वखार असावी, असं वाटेल, म्हणून त्याच्या समोरच दोन डांब रोवून त्याला पाटी लटकावली होती. विटकरी रंगाच्या त्या कापडी पाटीवर पांढऱ्या रंगानं ढोबळ अक्षरात लिहिलं होतं :

जयहिंद थेटर,
प्रसिद्ध ढोलकीचे तमासगीर –
संभा रामा कौलापूरकर

यांचा नवीन दनदनीत वग,
‘का ळ च क्र’,
तमाशाचे शौकीन लोकांनी पाहन्यास चुकू नये.

ती ठळक दिसावी, म्हणून एका डांबाला गॅसची बत्ती अडकवली होती. ही झाली वाचायला येणाऱ्यांसाठी व्यवस्था. वाचायला न येणाऱ्यांसाठीसुद्धा जाहिरात होती. थिएटरच्या प्रवेशद्वाराजवळ तिकिटाच्या खिडकीला लावून टाकलेल्या बाकड्यांवर सगळा साज चढवून नाचणाऱ्या बायका बसल्या होत्या. हिरा, शांती, कौशी आणि कौशीची एक थोरली पोरगी – बत्तीच्या प्रकाशात बसल्या होत्या. वाचायला येणारे आणि न येणारे सगळेच बाहेरच्या पाटीपेक्षा ही जाहिरात अगोदर पाहत होते.

बंडा, बापू आणि फडातले इतर काही लोक बोर्डाच्या पडद्याच्या मागच्या बाजूस पान खात होते, काहीबाही बोलत होते.

फडातल्या एका पोरानं बोर्डाच्या मध्यभागी धूप घातला. नारळ फोडला. प्रसादाचा तुकडा सगळ्यांना पोहोचता केला.

हळूहळू प्रेक्षक जमू लागले. तिकिटाप्रमाणं बाकड्यावर दोर बांधून मर्यादित केलेल्या म्होरच्या जागेत आणि मागल्या पाच आणेवाल्या जागेत बसू लागले. खाली ओल मनस्वी होती, म्हणून बसण्यासाठी पडमाचे तुकडे अंथरले होते. त्यांच्यावर मांड्या घालून गिरणीमजूर बसू लागले. विड्या, शिग्रेटी पेटू लागल्या. गलका चालू झाला.

पहिला गण संपला आणि थिएटर चिक्कार झालं. हिरी आणि कौशी बाहेर आल्या. गवळणीला सुरुवात झाली. बंडाची बोटं ढोलक्यावर वळवळू लागली. हिरी हलू लागली. सगळ्या बोर्डावर अंग लचकत, चाळाची पावलं ठसकावत, विजेसारखी हलू लागली. डोळे मुरडत, वस्त्र हरण करून घेतलेल्या कृष्णाला ती परत देण्यासाठी विनवू लागली.

बोर्डावरच एका बाजूला बसून बापू बघत होता. हिराचं कसब न्याहाळत होता. आजपर्यंत त्यानं अनेक तमाशे पाहिले होते. उरुसा-जत्रेच्या निमित्तानं आलेले आणि गावात झालेले. पण त्यांतल्या एकातही अशी नखऱ्याची नाचणारीण त्यानं पाहिली नव्हती. असं ठसक्याचं नाचणं पाहिलं नव्हतं. असं गाणं ऐकलं नव्हतं. हिरा तशी मनात भरावी, अशी देखणी नव्हती. पण तिच्या बोलण्यात-चालण्यात रग होती, उद्धटपणा होता. अंगलट घवघवीत होती. तिच्यात असं काही तरी होतं की, बघणारा खुलावा, उन्मत्त व्हावा, बेचैन व्हावा. तिला प्रथम बघितलं, तेव्हा बापूला असंच काही तरी जाणवलं होतं; पण तिला आता अशी पाहताना मात्र तो भलता खूश झाला. सगळं काही विसरला. हे सगळं त्याच्या तोंडावर दिसत होतं. ते हिरीनं

पाहिलं होतं. म्हणूनच ती त्याच्याकडे बघून मुद्दाम डोळे मुरडत होती, हसत होती. त्याला खुणावत होती.

बंडाचं या प्रकाराकडं लक्ष नव्हतं. ढोलक्याचा ठेका त्याच्या अंगात भरून तो बेहोश झाला होता. बोटांबरोबर त्याच्या साऱ्या शरीरालाही विलक्षण गती आली होती. ओठावर ओठ आवळून, डोळे मिटून, मान हलवीत तो वाजवीत होता.

हिरा-कौशीचा टिपेतला आवाज... चाळांचा, त्रिकोणाचा, झांजेचा किणकिणाट... तुणतुण्याची तुईतुई आणि सुरत्यांनी कानांवर हात ठेवून ओढलेली रिंगाटी! आठ वाजल्यापासून साडेदहापर्यंत मारे जल्लोष चालला होता.

अखेर पहिली बारी संपली!

मंडळी पडद्याआड गेली. हिरा मुद्दाम बापूला घासून गेली. तसा तो उठला आणि आत गेला. खाली बसून चाळ सोडणाऱ्या हिराला म्हणाला, "भले! अक्षी फैनाबाज झालं तुमचं काम!"

त्याच्या स्वरात त्याची खुशी दिसत होती. हिरानं त्याच्याकडे पाहिलं आणि ती बोलली, "अगाई! खरं म्हणता का?"

– आणि गालातल्या गालात हसत चाळ सोडू लागली. बापूच्या बोलण्यानं तिलाही आनंद झाला होता.

बंडा एकीकडं उभा राहून धोतराच्या सोग्यानं घाम पुशीत होता. कपाळावरला, गळ्यावरला. मान हलवता-हलवता त्याच्या डोईवरला पटकाही सैल झाला होता. तो काढून त्यानं काखोटीला मारला. त्याला अद्याप बापू दिसला नव्हता. कारण पडद्याच्या मागं बरीच मोकळी जागा होती आणि पुढच्या बत्त्यांच्या पडद्यातून झिरपून उजेड येत होता, तेवढाच. बंडा अलीकडच्या टोकाला होता आणि हिरा-बापू पलीकडच्या.

तो बोर्डावर बघून हाका मारू लागला, तेव्हा बापू धांदलीनं आला आणि म्हणाला, "मी हतं हाय नव्हं का?"

"आलास का? अरं, चल की च्यापानी बघू. काय तरी खाऊ...."

– आणि पुन्हा पलीकडे उभे असलेल्या दोघातिघांना म्हणाला, "ये, चला. आमचा वाट द्या. कुनाकडं हैती पैसं?"

दौलतजाद्याचे पैसे पेटीवाल्यापाशी होते. धोतराच्या पदरात त्यानं ती चिल्लर नाणी घेतली होती.

"चला की – हाटेलातच करू वाटणी."

– आणि सगळी मिळून कोपऱ्यावरच्या हॉटेलात गेली. बंडा, बापू, पेटीवाला, दोन-तीन सुरते, फडाचा मालक रामा, सोंगाड्या.

हॉटेलाच्या मध्यभागी आडवी टेबले होती. त्याला लागून असलेल्या खुर्च्यांवर

सर्व जणं बसली. टेबलावर ठेवलेल्या उघड्या परातीतून भजी, पॅटीस, शेव होती आणि आत कुठे रस्सा उकळत होता. त्याचा वास जिभेला पाणी आणीत होता. हॉटेल अति घाणेरडं, कळकट होतं. तमासगिरांचं नेहमीचं जेवण्या-खाण्याचं ते ठिकाण होतं.

पेटीवाल्यानं सगळा खुर्दा मोजून पाहिला आणि फडमालकाला उद्देशून तो म्हणाला, ‘‘धा रुपये आन् वर धा आनं.’’

‘‘मग बराबर हिशेब जमला. आपण समदी धा जनंच हाय की! एक रुपाया आन् एक आना आला एकाएकाचा वाटा!’’

त्यानं बरोबर दहा वाटे करून टेबलावर ठेवले. एक-एक जणानं एक-एक उचलला. नाचणारणीचा आणि जे अद्याप थिएटरात होते, त्यांचा वाटा शिल्लक ठेवला.

मग कुणी सोडा मागवला, कुणी चहा मागवला, कुणी जेवण. बंडानं बापूला चांगलंचुगलं खाऊ घातलं. बापू मनात म्हणाला, ‘असं चैनीत राहिल्यावर कशाला टिकतोय पैसा!’

हॉटेलाबाहेर पडता-पडता एका जणानं विचारलं, ‘‘चल की रे बंडा. येतुयास न्हवं घराकडं?’’

बंडा म्हणाला, ‘‘न्हाई, मी पडतो हितंच थेटरात. सकाळच्या पारी यीन सावकाश.’’

– आणि ते पुन्हा थिएटराकडं आले. दुसऱ्या तमासगिरांची बारी उभी राहिली होती. दारातच हिरी तात्याशी बोलत उभी राहिली होती. बापूला बघताच ती बोलली, ‘‘कवाच्यानं वाट बघतीया. चला की घराकडं....’’

बंडा काही न बोलता पुढं झाला. बापूनं विचारलं, ‘‘हितं थेटरातच निजायचं?’’

तसा कपाळाला आठ्या घालून तो म्हणाला, ‘‘मी निजणार हतंच. होवं, तर तू जा घराकडं!’’

बापूला मोठं कोडं पडलं. जावं का न जावं – या घोट्याळ्यात तो पडला. त्याचा जीव घराकडं ओढ खात होता.

या ओढाताणीतून बंडानंच त्याची सुटका केली. तो म्हणाला, ‘‘तू जा घराकडं. तुजी हतरुनं-पांगरुनं तकडं हैती. आन् हतं ह्यो गोंधूळ चांगला एक-दीडपतूर चालंल. तुला जाग्रन हुईल. तू जा.’’

बापूला मनातून तेच पाहिजे होतं. पण तसं न दाखवता तो उगीच घुटमळत राहिला. तेव्हा बंडा पुन्हा म्हणाला, ‘‘जा, सोबत हाय तवर – मानसं निगाली.’’

मग मात्र बापूला अवघड वाटलं नाही. त्यानं विचारलं, ‘‘तू कवा येनार?’’

‘‘सकाळच्या पारी.’’

“मग मी जातो.”

“हं!”

बापू निघाला. हिरा हसत त्याला आडवीच आली. म्हणाली, “चला बिगी-बिगी. समदी म्होरं गेली.”

ती दोघं जाऊ लागली. डिलाइल रोड सोडून मधल्या अंधूक प्रकाशात चालू लागली. दोन्ही बाजूंना गिरणीकामगारांच्या चाळी होत्या. रस्त्यावरच खाटली टाकून किंवा खालीच लक्तरं अंथरूण, उघडीवाघडी माणसं झोपली होती. कुठं चारचौघं मिळून विड्या ओढत, बोलत बसून राहिली होती. जागजागी कुत्री अंगाची वेटोळी करून पडली होती. एका घरापुढं चार-सहा पोरी खिदळत होत्या, गाणं म्हणत होत्या,

“काय बाय, पुण्याची तारीफ, तारीफ
लवंगा निघाल्या बारीक, बारीक....”

बराच वेळ कुणी काही बोललं नाही.

पुढं लांबच लांब रस्ता होता, निर्मनुष्य. बाकीचे तमासगीर केव्हाच पुढं गेले होते.

हिरा बापूला अगदी खेटून चालू लागली. म्हणाली, “काय म्हणत्यात तुमचं बंधुराज?”

“काय नाय बा! मी हतंच पडतो, तू जा, म्हनाला!”

“थेटरात?”

“हं!”

“बाटल्या फुटनार असत्याल. मग तुमाला कशाला घेईल ततं ठिवून! चारचौघं मिळून पेत्याल चिकार आन् बसत्याल रातभर गोंधूळ करत.”

“अशानं कशाला होईल घरची आठवन? आन् म्हनं – बापू, मिळवल्याला पैका कसा उडतो, त्येचा पत्त्या लागत न्हाई!”

“न लागाय काय झालं पत्त्या? मी सांगत्ये की! रोज मासमच्छर खायाचं, निशापानी करायचं आन् कुनाच्या तरी मागं ऱ्हायाचं!”

“आन् तकडं बायकू पाखरावानी वाट बघतीया.”

“त्येला काय न्हाई त्येचं. तुमचा भाऊ हाय खरं, पन मी सांगते – त्या बाबाला काळीज न्हाई. कुनाची माया न्हाई. अवं, हतं आला आन् आमच्या फडात ऱ्हायला, तवा जागा न्हवती बोचकं ठेवायला. मी म्हणाले, ऱ्हा बाबा माज्या खोलीत. ऱ्हायला; आन् आता हक्क लागलाय दावाय माज्यावर. मी बरी ऐकंन!”

हिरा बोलत होती. बापू ऐकत होता. सकाळपासून रात्री अकरा वाजेपर्यंत त्याला

नाना गोष्टी कळल्या होत्या. थोरला भाऊ मुंबईत राहून काय-काय उद्योग करतो, हे त्याला समजलं होतं. हिराचं आणि त्याचं बिनसलं आहे, हे बापूला माहिती होतं. त्यामुळंच तर त्याला या आतल्या गोष्टी कळून आल्या होत्या. हिराचं सांगणं खोटं असेल, असं त्याला वाटलं नाही; कारण आपल्या भावाचा स्वभाव तो ओळखून होता. तिकडं गावाकडं दुष्काळ पडला होता. गोरगरीब अन्न-अन्न म्हणून जीव सोडत होते. गुरंढोरं चाऱ्याअभावी मरत होती. घरातली माणसं उपाशी मरायला लागली होती. आणि इकडे... घरचा कर्ता माणूस बंडा मुंबईत राहून हे उद्योग करीत होता! या काळजाला काय म्हणावं?

बापू काही बोलत नाही, हे बघून हिरा त्याच्या नजीक आली आणि त्याचा हात दाबून तिनं तो पुन्हा सोडून दिला. म्हणाली, "मी आपली इकडं बडबडतीया. तुमचं ध्यान हाय कुटं?"

"का, ऐकतोय न्हवं?"

"का ऐकताय? बरं, आता कितींदी ऱ्हानार हतं?"

"का बरं?"

"ऱ्हावा की महिना-पंधरा दीस. न्हाई तर हतंच काम बघा आन् ऱ्हावा कायमचं. गावाकडं पैका धाडला, म्हंजे झालं."

"पन काम मिळाया तरी पायजे?"

"मिळंल... तुमची बायकू कशी हाय दिसायला? माज्यावानी?"

"हाय आपली येडीबागडी. काय कळत न्हाई. बारा-तेरा वर्सांची हाय. का?"

"उगीच! आन् बंडापरीस तुम्ही लई धाकलं दिसता. त्येचं वय झालंय!"

"व्हय. त्येच्या-माज्यात आट सालांचा फेर हाय. मधला एक भाऊ मेला."

पोयबावडीचा नाका ओलांडून ती दोघं आता शिवडीकडं जाणाऱ्या रस्त्यानं निघाली होती. गार वारं अंगाला झोंबत होतं. हिरानं पदर डोक्यावरून घेऊन छातीशी लपेटला आणि हातांची घडी घालून दोन्ही खांदे दाबून ती म्हणाली, "अगाई, थंडी लई वाजतीया."

– आणि बापूला अगदी घासून चालायला लागली. तोही बाजूला झाला नाही.

– आणि अशीच ती शिवडीला पोहोचली – गुलुगुलू बोलत, एकमेकांच्या अंगाशी लगट करीत.

हिरानं दार उघडलं. दिवा लावला. म्हणाली, "झोपा आता निवांत – सकाळी धा वाजेपत्तूर. जाग्रनाची सवं नसंल तुमाला. आमचं हे असंच रोजचं."

बापूनं दोन्ही हात तणावून आळस दिला आणि पटका-सदरा काढला. दारासमोर घोंगडं अंथरत म्हणाला, "किती रात झाली! आता कशाची झोप!"

दिवस चालले होते. बापू मजेत होता. हिराच्या संगतीत रंगला होता. ती त्याला जपत होती. गोडधोड करून घालत होती. शेमला उडवीत तो मुंबईच्या रस्त्यातून हिंडायचा. कधी हिरा त्याला घेऊन हिंदमाता थिएटरातल्या सिनेमाला जायची. तमाशा तर नेहमीचा होताच. बापू मजेत होता. या अवधीत बंडा अगदी क्वचित खोलीवर आला. कपडेलत्ते नेण्याच्या निमित्तानं, तर कधी उगीच बापूला भेटण्यासाठी. जेवायला-खायला तो घरी नसे. राहायलाही नसे. थिएटरातच असे. बापूची गाठ पडली, म्हणजे तो थंडपणे म्हणे, "बापू, आता असं ऱ्हाऊन भागायचं न्हाई. कामधंदा बगितला पायजे."

बापू मान हलवून संमती देई.

"हिंडतोय न्हवं का त्यापायीच. लगी-लगी कुठलं मिळतंया काम? थोडं दिवस जायाचंच!" असं उत्तर देई.

हिराचं आणि त्याचं छान चाललं होतं. ती त्याला काही कमी पडू देत नव्हती. म्हणायची, "हाय माझी भाकरी, ती मिळून खाऊ. बघता यील सावकाश कामाचं! काय गडबड न्हाई! काय चूल थटली न्हाई."

असं चाललं होतं.

दिवस भराभर जात होते.

हिरा, बापू, आणखी चारचौघं थिएटरात बोर्डावर गप्पा मारीत बसली होती. संध्याकाळ झाली होती. अद्याप खेळ उभा राहायला अवकाश होता. नुकतीच शिवडीहून येऊन मंडळी गप्पा हाणत बसली होती.

दारातून बंडा आत आला. बोर्डाच्या समोर येऊन उभा राहिला. हातातल्या सिगरेटचे भराभर झुरके घेत काही वेळ उभा राहिला आणि मग अगदी साध्या आवाजात त्यानं हाक मारली, "बापू, उलिसा हकडं ये, बघू!"

बोलता-बोलता बापू थांबला आणि त्यानं मान वळवून बंडाकडं पाहिलं. जळत्या टोकाला लावून तो दुसरी सिगरेट पेटवत होता.

बापू उठला आणि बोर्डाखाली उतरून त्याच्याकडं आला. तसा तो वळला आणि थिएटराच्या दुसऱ्या टोकाला, एका कोपऱ्यात जाऊन बसला. बापूही त्याच्या मागोमाग गेला.

"खाली बस." बंडानं सांगितलं.

मलमली अंगरख्याच्या मागल्या पाख्यानं टोक धरून ते पुढं आणत बापू बसला. त्याला वाटलं की, आज काही तरी विशेष आहे. बंडा काही तरी विशेष

बोलणार आहे.

"आज दारू घेतलीयास का?"

तांबड्या झालेल्या डोळ्यांनी बापूकडं बघत बंडानं विचारलं. त्यानं तोंड उघडताच गावठी दारूचा वास बापूपर्यंत आला आणि त्यानं नाकपुड्या हलवल्या. बंडाच्या या प्रश्नाचा रोख त्याच्या ध्यानात नीटसा आला नाही. तिरसटल्यासारखं करून तो म्हणला, "न्हाई. का?"

"न्हाई? राती घेशील. मला ठावं हाय... सगळं! अशानं मरशील, पाक वाया जाशील. हे खरं न्हवं."

"काय खरं न्हवं?"

"काय? तुला ठावं न्हाई? किती दीस झालं तुला हतं येऊन? महिना-दीड महिना झाला. तू आजला घाराकडं जा. काय लागंल, ते घेऊन गावाकडं जा."

बापूनं खाली केलेली नजर वर करून भावाकडं बघितलं आणि तो हसला. कुत्रं भुंकल्यासारखा भुक् ऽ करून हसला.

"जिवाला लाज नाही वाटत?" त्याच्या हसण्यामुळं भडकलेला बंडा बोलला. "थोरला भाऊ सांगतोय आन् हसतोस? संबाळ! अशानं पाक मरशील... वाया जाशील."

बापू खाली मान घालून अंगठ्याचं नख कुरतडत होता. भावाच्या बोलण्यानं तो चिडला होता, संतापला होता आणि तरीही थोडा घाबरला होता. बंडाचे डोळे बघून भ्याला होता. ते क्रूर, खुनशी दिसत होते.

"थोरला भाऊ बोलतोय, घरी जायला सांगतोय आन् तू हसतोस? आं? चार पैसे घे, कापडचोपड घे आन् उद्या सकाळच्या गाडीनं तू आपला गावाकडं जा. काय?"

"मला जायाचं न्हाई." मान हलवून बापू बोलला.

"जायचं न्हाई? आं?" बंडा ओरडला. मांडी घालून बसलेला उठून दोन पायांवर बसला आणि बापूच्या तोंडासमोर तोंड नेऊन ओरडला, "कुनाम्होरं बोलतोस? कुनाम्होरं बोलतोयास तू? इसरलास समदं? गुडघ्यावाणी होतास, तवापुन संबाळलाय – इसरलास?"

बंडाचे ओठ थरथरत होते. मुठी आवळल्या होत्या.

"न्हाई." वर न बघता बापू बालेला, "पन तू तरी कुटं समद्याची आठवन ठेवलीयास?"

"मला शिकवू नगंस, बाप्या. तुझं डोस्कं फोडीन आता!"

"अंगाला हात लावू नगंस. तुला काय बोलायचं असंल ते बोल, पर लांबनं!"

"अरं, फोडीन... डोस्कं...."

त्वेषानं हात उगारून उठलेल्या बंडाचं मनगट बापूनं धरलं आणि उठून उभा राहत तो बोलला, "गप्प बस. मोडून टाकीन हात!"

दात-ओठ खाऊन बंडानं हिसडा मारला, मनगट सोडवून घेतलं आणि त्या झपाट्यात बापूच्या कानशिलावर एक ठोसा हाणला. बापू तो चुकवू शकला नाही.

बापूनं मुठी आवळल्या आणि झडप घालणाऱ्या वाघासारखं दबून बजावलं, "संबाळ, संबाळ बंड्या...."

"आरं, गप्प..." असं ओरडून बंडानं दुसरा ठोसा लगावण्यासाठी हात उगारला. पण बापू एकदम खाली वाकला आणि बंडाच्या कमरेला वेढा देऊन त्यानं त्याला चिपाडाच्या भाऱ्यासारखा वर उचलला. डोक्याइतका उचलला आणि दाणकन खाली आदळला.

तो धडपडून, दात-ओठ खात, शिव्या देत उठू लागला; तेव्हा पायातली जाड वहाण उपसून घेतली आणि तडाखे लगावले. डोक्यावर, पाठीवर, दंडावर... काळा विंचू ठेचावा, तसा ठेचला त्याला आणि मग – "बास, बेगमी झाली तुजी. एवढं पुरं झालं तुला!" असं म्हणून सोडला. फाटलेला सदरा सावरला. उठून पडलेला पटका घेतला आणि कपाळावरला घाम पुशीत, धापा टाकीत तो थिएटरच्या बाहेर पडला.

बंडा धडपडून उठला, "बाप्याऽ बाप्याऽऽ" ओरडत त्याच्यामागं धावला, "थांबऽ तू थांब... तुझ्या नरडीचा घोट घेतो..." आडव्या बाकड्याला थटून खाली आपटला.

इतका वेळ हा प्रकार पाहत असलेले हिराजवळचे ते चार तमासगीर धावून आले आणि त्यांनी त्याला सावरला, उठवून बसवला.

तो संतापानं वेडा झाला होता. ओठाकडेला जमलेला फेस थुंकून पुन्हा ओरडला, "बाप्या, तुझा जीव...."

थेटराबाहेर उभा राहिलेला बापू पुन्हा उसळीसरसा आत आला. म्हणाला, "मी जात न्हाई गावाकडं. मी हतं ऱ्हानार, चैनीत ऱ्हानार... होवं तर तू जा... मर....!"

"ह्या हिरीपायी ऱ्हानार, म्हन की...."

बोर्डावर उभं राहून हा प्रकार पाहत उभ्या राहिलेल्या हिराकडं हात फेकून बंडानं विचारलं. त्याचा आवाज खाली आला नव्हता.

"हो-हो, तिच्यापायी ऱ्हाणार! तू म्हातारा... तुजं केस पांढरं झाल्यालं, तरी तू तिच्यापायी येडा झालास; मग मी तर जवान हाय...."

एवढ्या अवधीत आजूबाजूची मंडळी गोळा झाली होती. फडाचा मालकही आला होता. थिएटरादेखत हा तमाशा नको, म्हणून त्यानं दोघांनाही 'हुडुत' करून धुडकावलं, तंबी भरली. बंडाची गचांडी धरून त्याला बाहेर ढकललं!

तीन-चार दिवस गेले.

दुपारच्या वेळी बापू हॉटेलपुढच्या बाकड्यावर बसला होता. गुडघे हलवीत आणि रस्त्यावरची रहदारी बघत. दिवसभर त्या पत्र्याच्या खुराड्यात बायकांशिवाय दुसरं कोणी ठरत नसे. कारण बसण्याइतकी जागाही नव्हती आणि उकाड्यानं प्राण कासावीस होई. अंगातून सारख्या घामाच्या धारा वाहत, म्हणून आत कोणी ठरत नसे. त्या हॉटेलपुढं किंवा आसपास कुठे तरी सावलीला, ही तमासगीरमंडळी बसलेली असत.

बापू बसला होता. चहूकडे बघत होता. एकाएकी त्याचा चेहरा बदलला. समोरून बंडा येत होता.

त्या दिवशीचाच चिरफाळ्या झालेला सदरा त्याच्या अंगात होता. पटका कसा तरी बांधला होता. धोतर मळलं होतं. पाठीशी बोचकं घेऊन तो चालला होता, लूत भरलेल्या कुत्र्यासारखा.

बापूच्या शेजारी तो येऊन बसला. त्याच्या तोंडावर वहाणेचे वळ अद्यापही दिसत होते. तो उतरला होता. गरिबासारखा दिसत होता. हलक्या आवाजात म्हणाला, ''मी चाललो, बापू.''

त्याच्या स्वरात वेदना होत्या.

''कुटं?'' रस्त्यावरून जाणाऱ्या मोटारीकडं बघत बापूनं विचारलं.

''जाईन वाट दिसंल तिकडं.''

मग बापू काही बोलला नाही. जरा वेळ थांबून बंडाच म्हणाला, ''सांगाया आलो तुला... जाईन कुटं तरी. आता म्हमई नगं. आपला मुलूखबी नगं... येवस्तीशीर ऱ्हा. म्हातारीला संबाळ....''

जिच्यासाठी आपण घरदार सोडलं, मुलूख सोडला, मायेची माणसं तोडली... तिनं दगा दिला.

धाकट्या भावानं दहा लोकांदेखत पायतणानं मारलं. नाही ते बोलला. उतारवयात ही बदनामी, हा अपमान! आता कोणत्या तोंडानं इथं फडात राहावं? गावाकडं तरी कसं जावं?

बापूचं मांगआतडंसुद्धा बंडाच्या या बोलण्यानं क्षणभर तळतळलं. वरून तो मग्रुरी दाखवीत होता, तरी आपल्या वडीलभावाएकी त्याचं मन कळवळलं होतं. पण त्याला बोलायला तोंड नव्हतं. तो काय बोलणार? 'जाऊ नकोस, इथं राहा', असं कसं सांगणार?

काही वेळ तो विरघळला, पण पुन्हा लगेच त्यानं स्वतःला सावरलं आणि चेहरा अगदी बेफिकीर केला. बंडा बोलत होता –

"तमाशा नगं, ही म्हमई नगं... जावं कुटं तरी भागानगराला... घरच्या मानसाएकी जीव तुटतोय. लई दीस झालं बघून. पोराला, बायकूला संबाळायचं काय न्हाई; ती आपल्या बाकडं ऱ्हात्याल. पन म्हातारीकडं नीट बघ... गावाकडं जा."

बापूनं मान हलवली. म्हणाला, "बराय."

त्याचे शब्द मग्रुरीचे, बेफिकिरीचे होते.

"मी कोन तुला सांगनारा खरं – माजा हाक्क काय बोलन्याचा? पन...."

काही वेळ बंडा गप्प झाला. त्याला साऱ्या आठवणी आल्या असाव्यात. आपलं खेडं, खोपटं, म्हातारी, बायको – या सर्वांची आठवण झाली असावी. ते काय म्हणत असतील, कशी राहत असतील... आपलं आणि बापूचं अशा पायात भांडण झालं, बापूनं दहा माणसांदेखत मला पायतणानं मारलं, हे कळल्यानंतर म्हातारीला काय वाटंल? गाव काय म्हणंल? आणि भाऊबंद, सोयरंधायरं काय म्हणतील? आणि वर्ष-दीड वर्ष कुठं होतो? काय करत होतो? गावाकडं कसं जावं? काय करावं?

चमत्कारिक चेहरा करून बसलेल्या बापूकडं पाहून तो पुन्हा जड आवाजात म्हणाला, "बराय, जातो मी!"

– आणि उठला. बोचकं पाठीशी मारून चालू लागला. माणसांच्या गर्दीत दिसेनासा झाला. बापूनं तिकडं बघितलं आणि बाहेरूनच पोऱ्यावर ओरडला, "आरं, एक गिलास सोडा आन."

झोपून उठून हिरा पान खात बसली होती. थिएटराकडं जायला अद्याप बराच अवकाश होता. काही गडबड नव्हती. फतकल घालून ती पान खात बसली होती. पलीकडच्या खोलीत एक लहान कार्टं बापाचं ढोलकं घेऊन बडवत होतं आणि उंच आवाजात ओरडत होतं,

"राया, तुम्ही पलंगी घडीभर बसा,
हो, सख्या, तुम्ही पलंगी घडीभर –"

– आणि त्याची आई दुप्पट जोरात ओरडून म्हणत होती, "ए वाजवणाऱ्या, पुरं कर. ए – आरं गप, मुडद्या!"

– आणि मागल्या खोलीतल्या एका पोरानं खोलीच्या मधल्या पत्र्यावर ठेका धरला होता.

दारातून तात्या आत आला. अक्कडबाजपणे म्हणाला, "काय हिरे, काय करतीयास?"

हिराची धांदल झाली. ती हरकली. खाटल्यावर घोंगडं टाकत म्हणाली, "या की, बसा."

तात्या बसला. त्यानं विचारलं, “कुठं गेलं मालक?”

“कोन?”

“बापूराव तुमचं.”

“कुठं का जाई ना मसणवाटंत!”

बाहेरून आत पाऊल टाकणाऱ्या बापूच्या कानांवर हे शब्द पडले नाहीत. तो आत आला. तात्याला बघताच त्याच्या कपाळाला आठ्या पडल्या. फटकन तो बोलला, “तू रं, का हतं?”

“का? तुज्या बाचं हाय का घर?”

“लई बोलतुयास?”

“गप्प कशापायी बशीन?”

“बापू!” हिरा मध्ये बोलली, “तातेरावांना बोलण्याचं काम न्हाई; ते माज्याकडं आल्यात!”

तिचा राकट चेहरा पाहून बापू कचरला, “म्हंजे?”

“आरं, म्हंजे काय! तुजी काय सत्ता हाय हतं?” हिरीनं पुन्हा त्याला फटकावला. “उचल आपलं चंबूगबाळं आन् धर रस्ता.”

बापू मुठी आवळून ओरडला, “हिरेऽऽ”

तसा तात्या उठला आणि कोपऱ्यातलं दांडकं हातात घेऊन बोलला, “ए डुकरा, कांदा फोडल्यावानी फोडीन टकुरं! कुनावर वरडतोस? भावाला मारलास, म्हणून हतं न्हाई टिकायचास! फुकट जिवाला मुकशील. तात्या म्हनत्यात मला!”

बापूला संताप अनावर झाला होता, पण तात्या त्याच्या आरसाट्यात नव्हता. बापूपेक्षा तो भलताच तगडा होता. फुकटची शोभा झाली असती.

“बापू,” हिरीनं पुन्हा बजावलं, “तू माज्या घरातनं जा बघू. रिकामा तंटा नगं!”

“तूच बोलतीयास का हिरे? माज्या गळ्यात गळा घातलास, मला भुलवलंस आन् आता तूच बोलतीयास?”

“अरं, व्हय, व्हय – तीच बोलतीया मी! काट्यानं काटा काढला. मला गुरासारकी बडवली... त्येच्या तोंडावर मी धा माणसांदेखत तुला पायतानं हानाया लावली... ये म्हनावं हिरीकडं!”

“कवटाळणी, मग मला जीव लावलास त्यो....”

“माज्या कामासाठी लावला. न्हाई तर तुला रं कोन पुसतंया? पैसा का आडका तुज्यापाशी? फुकट्या तू! तुला रं कोन पुसतंया?”

बापू हतबल झाला. हा डंख त्याच्या जिव्हारी लागला. त्याची सारी मग्रुरी, सारा तोरा नाहीसा झाला. दोन्ही हातांनी तो छाती चोळू लागला.

“हं!” तात्या म्हणाला, “अशी गोष्ट हुती त्यात! न्हाई तर सजासजी असला

सोन्याचा घास तुला गरिबाला रं कुठला मिळायला?''

पेंगणाऱ्या गाढवासारखा खाली मान घालून बापू काही वेळ उभा राहिला आणि मग काही न बोलता त्यानं आपले कपडे, घोंगडं, धोतर गुंडाळलं; पटका बांधला आणि पायतणं घालून तो बाहेर पडला. तात्याचं आणि हिराचं हसणं त्याच्या पाठोपाठ आलं.

गर्दीच्या रस्त्यातून तो जाऊ लागला. झिंज्या वाढलेला जाकीटवाला पुन्हा भेटला आणि विडीचा झुरका मारून पुन्हा त्यानं विचारलं, ''काय पावनं, कुनीकडं तयारी?''

खाली बघतच जड आवाजात बापू म्हणाला, ''गावाकडं!''

■

अखेर आकण्या घरी आला

चार-आठ दिवसांपासून पावसाची बुरबुर चालू होती. हवेत गारठा आला होता. रस्ते राड झाले होते. बाहेर पडायला नको वाटे, तरीही मी तशा पावसात बाहेर पडत होतो. चावडी-देवळासमोरून चक्कर मारून येत होतो. पण एरवी शंभर वेळा वाटेत आढळणारा आकण्या कुठं नजरेला पडत नव्हता. मी अगदी त्याच्या मागावर राहिलो होतो, पण महार जाम कुठं दिसत नव्हता. पाटलाचं घोडं धरून जाताना चावडीपाशी, कुलकर्ण्याची गुरं पाण्यावर नेताना, कुठं लाकडं फोडताना, चावडीपाशी विडी ओढीत उकिडवा बसला असताना आकण्या दिसलाच नाही. कुठं परगावी गेला होता, का अंथरुणावर पडला होता, हरी जाणे! पण मी हिंमत सोडली नाही. आज ना उद्या आकण्या वाटेत आढळेल आणि मी त्याला माझ्या डोक्याइतका उंच उचलून आपटीन. महार माजलं आहे. कुलकर्णीतिढा दाखवल्यावाचून ते वठणीवर येणार नाही. बाबा कुलकर्ण्याचं आणि आमचं पिढीजात वैर! कौरव-पांडवांसारखे आम्ही भाऊबंद आणि हा महार त्यांच्या घरी कुत्र्यासारखा सदोदित पडलेला. त्या पाच भावांपैकी जणू सहावा. त्यांची कड घेऊन आमच्याशी तंबून काय वागे... काही काम सांगितलं, तर उडवून काय लावी! महार भलतंच माजलं होतं. आमच्या चुलीपर्यंत जाऊन त्यानं चौकश्या आरंभल्या होत्या. गावात हूल उठविली होती, 'माझं आणि त्याचं वाकडं आहे!' थू: रांडलेका, य:कश्चित महार तू! आमच्या उष्ट्यावर पोट

भरणारा! तुझी लायकी ती काय आणि तू आमच्याशी लढा करतोस? आकण्याचा काटा काढायलाच हवा, म्हणून मी अस्तन्या सावरल्या होत्या. बाबा कुलकर्ण्याच्या घरासमोरच महाराला उचलून आपटायचा, म्हणजे त्याचा काटा निघेल आणि परस्पर कुलकर्णीही हबक घेईल. मात्र महाराच्या अंगावर कुठं निशाणी न होईल, अशी खबरदारी घ्यायची; नाही तर ते थेट उठून तालुक्याच्या जायचं आणि फिर्याद गुदरायचं! असा सारा बेत मी मनोमनी केला होता. वडिलांना ठाऊक नव्हतं. भाऊखेरीज घरात कुणालाच ठाऊक नव्हतं. माझा मीच हा निर्णय घेतला होता आणि आकण्याच्या मागावर राहिलो होतो. पण चार-आठ दिवस महार कुठं दिसलाच नाही!

चावडीपुढं कोल्हाट्याचा खेळ आला. पावसानं थोडी उघडीप दिल्यामुळं पोरंठोरं चावडीपुढं जमली. हळूहळू चार जाणती माणसंही जमली. मीही जाऊन चावडीच्या कट्ट्यावर बसलो. ढोलक्याच्या ठेक्यावर कोल्हाटी टणाटणा उड्या घेऊ लागला. हरळ्या-किरळ्या देऊ लागला. साऱ्यांचं लक्ष खेळाकडं वेधलं होतं, पण मी मात्र आकण्यावर डोळा ठेवून होतो. अशा मोक्यात तो जर गावला, तर मजा होणार होती. कारण चावडीसमोरच आबा कुलकर्ण्याचं घर होतं. समोरच्या सोप्यातच तो कागदपत्रं तपाशीत बसला होता. त्याचे तीन भाऊ चावडीच्या बाजूला असलेल्या पारावर खेळ बघत होते. इतर गावकरीमंडळीही जमली होती. या डावात जर आकण्याला हाणायला मिळालं असतं, तर माझा हेतू साध्य होणार होता. माझ्या जिवाची घालमेल चालली होती. उत्सुकता पराकोटीला पोहोचली होती. दंड सळसळत होते. उंदारावर टपलेल्या मांजरासारखा मी सारखा सावधचित्तानं कट्ट्यावर बसलो होतो. माझे डोळे सावजाला हेरीत होते.

– आणि आकण्या अकस्मात आला! त्या तिकडून – पाटलाच्या घराकडून आला आणि समोरून जाऊ लागला. महारवाड्याकडं जाऊ लागला. नेट धरून मी जागचा उठलो आणि तरातरा त्याच्या अंगावर गेलो. जाता-जाता बळेच त्याला घसटून गेलो आणि मग गरकन फिरून ओरडलो, "माजलास काय, रे धेडा? धक्का मारून जातोस? शिवतोस मला? माजलास?"

– आणि मग एका क्षणाचीही उसंत न घेता उंच, काटकिळ्या आकण्याच्या कमरेला मी हाताचा वेढा घातला आणि वैरणीचा भारा उचलावा, तसा त्याला उचलला – चांगला डोस्क्याइतका उचलला. गैरसावध असलेला महार सहज वर गेला, त्याच्या तंगड्या हवेत वाकड्यातिकड्या झाल्या आणि दुसऱ्या क्षणीच मी त्याला खाली हबकला.

पाठीत उसण भरलेल्या आकण्याला धड ओरडताही येईना. काही वेळ त्याचे

ओठ नुसतेच हलत राहिले आणि मग पाठीवर एक हात घेऊन अर्धवट उठत तो ओरडला, ''आई गंऽऽ मेलो!''

महाराच्या करुण ओरडण्यानं माझा राग अधिक पेटला. थरथर कापत मी पुन्हा ओरडलो, ''धक्का मारून जातोस? चार पैसे गाठीला जमले, म्हणून माज चढला होय? तू आमची बरोबर करू लागलास होय? आँ?''

मग धावाधाव झाली. आबा कुलकर्णी वह्या फेकून आत पळाला आणि म्हणाला, ''अरे, काय न्याय आहे का अन्याय? पोरगं मेलं असतं... जीव गेला असता त्याचा!''

मी गपकन त्याचं मनगट धरलं आणि बोललो, ''हं आबा, खबरदार! तुम्ही मध्ये पडू नका.''

त्यासरशी तो घाबरला. विलक्षण घाबरला. त्याच्या गंध लावलेल्या कपाळावर घामाचे थेंब जमा झाले. दरम्यान पारावर बसलेले त्याचे दोघे भाऊ धावत आले होते. तेही चपापून गप्प उभे राहिले. माणसं गोळा झाली. कोल्हाट्याचा खेळ बंद पडला. जो-तो विचारू लागला, ''का झालं? का झालं?''

तसतसा मी ओरडू लागलो, ''माजलाय साला, धक्का मारतोय – कुलकर्ण्याच्या घरात कुत्र्यासारखा पडून असतोय, म्हणून लगेच त्याला आपण कुलकर्णी झालो, असं वाटायला लागलंय. हा पार आमच्या चुलीपर्यंत जाऊ लागलाय.''

मग म्हातारा तुका पाटील पुढं झाला आणि आकण्याला म्हणाला, ''हं ऊठ, रे, जा आपल्या घरी, लेका!''

तेवढ्यात त्याची आई ऊर बडवीत आली.

''अगं बाई, माजं एकुलतं एक लेकरू – अगं बाई, माजं वनवाशी पाडस....''

त्याला पोटाशी धरून विचारू लागली, ''कुनी मारलं रे, सोन्या? कुनी हानलं?''

''मी-मी!'' मी नाकपुड्या फुगवून किंचाळलो, ''का? फिर्याद करणार आहेस, का घर उठवणार आहेस गावातनं माझं?''

त्यासरशी तिनं हात जमिनीला लावून कपाळाला लावला आणि उपरोधानं म्हणाली, ''तुमी व्हय? मग चांगल्याचा हात पडला. मोठ्यांचा हात. व्हय, मोठ्याचा. पांढरीचं भेंडं तुमी. तुमास्नी नको कुनी म्हनावं?''

मग पाटील पुन्हा पुढं होऊन हात नाचवीत तिच्यावर खेकसला, ''अगं, जा आता शानी असलीस तर. का मारलं म्हनून झालं? लेकरू आपलं कंच्या गुनाचं हाय, तुला ठावं न्हाई? जा मुकाट्यानं घरी. ऊठ रे आकण्या!''

पण ती घरी गेली नाही. आकण्याही गेला नाही. चावडीत सर्व मंडळी बसली होती. भाऊ, सोनार, बाबा, तुका कंडऱ्या, गावातली प्रतिष्ठित मंडळी बसली होती.

आकण्या तरातरा उठून त्यांच्यापुढं गेला. धोतराच्या निऱ्या फराफर फेडून त्यानं समोर अंथरल्या आणि रडक्या आवाजानं तो म्हणाला, "समद्या पांढरीनं न्याय करावा. मला गरिबाला चावडीम्होरं मारलंय. माजा काय गुना असंल, त्यो पदरात घालावा!"

मग सोनारबाबा बोलले, "अरं, कशाचा न्याय आणि काय घेऊन बसलास आकण्या? आगळीक झाल्याशिवाय मारायला ते काय वेडे आहेत? तुम्ही लेको, काय तरी कुठं तरी बोलता शहाणपणानं आणि मग मार खाता... जा घरी!"

यावर आकण्याच्या मागच्या बाजूला घोळका करून बसलेल्या महारमंडळींत थोडकी कुजबुज झाली. आकण्याचा चुलतभाऊ पांडा विव्हळल्यागत बोलला, "एकलाच घावला गा; जोडीला कुनी नव्हतं!"

एवढा वेळ छातीशी हाताची घडी घालून मी मुकाट उभा होतो, तो पांडाच्या खवचट बोलण्यानं पिसाळलो.

"अरे, तुम्ही सगळे मिळून या की! हाडं नाही एकाएकाची खिळखिळी केली, तर कुळकर्ण्याचं बीज नव्हे. पांड्याऽऽ बच्चमजी, सगळ्या महारवाड्याला घेऊन ये माझ्या अंगावर – मुडदे पाडतो एकाएकाचे! खोपट नाही ठेवत एक महाराचं! चांगले पाच भाऊ आहोत. एक मी गेलो फासावर, तर वंश नाही बुडणार!"

मग माझ्यापेक्षा आवाज चढवून पांडा न्हावी ओरडला, "गप्प बसायला काय घेशील पांड्या? कुळकर्णी, जा घराकडं. तुमचा रांग शांत झाल्यावर या. जा."

– आणि त्यानं मला धक्का मारून घराकडं घालवलं. भाऊही म्हणाला, "जा तू; आम्ही बघून घेतो."

मी गेलो, पण जाता-जाताना दम भरला, "याद राखा, रायांनो! फिर्याद-बिर्याद करण्याच्या फंदात कुणी पडला, तर माझ्याइतका वाईट कुणी नाही. सगळा म्हारवाडा पेटवून देईन!"

– आणि घराकडं आलो.

दादा सोप्यात पान कुटीत बसले होते. त्यांनी विचारलं, "काय रे, काय गडबड केली?"

मी म्हणालो, "आकण्याला मारला."

दादांना ही गोष्ट पसंत पडणार नाही, याची मला खात्री होती.

"चुकलास गड्या! त्याच्यावर नाही हात टाकायचा. बरं, आता जा. अंघोळ कर, कपडे भिजव."

दादांच्या बोलण्यानं मी खजील झालो आणि खाली मान घालून विहिरीवर गेलो. सगळ्या कपड्यांसकट विहिरीत बुडी मारली आणि ओल्या कपड्यानं परत आलो.

दरम्यान, वाड्याच्या अंगणात सगळी म्हारं जमली होती. आकण्या होता, पांड्या होता... किस्ना, शिद्या, देवा, संद्या, इटुबा आणि सोळा म्हारं जमून बसली होती. उघड्या अंगानं दादा ओट्यावर बसून त्यांना विचारत होते, "मग काय म्हणणं आहे तुमचं शिदा?"

फाटक्या अंगाचा बेरकी शिदा डोईवरचं पागोटं गुडघ्याला अडकवून उकिडवा बसला होता. तंबाखूनं कमावल्या आवाजात तो बोलला, "दादा, तुमच्या लेकानं अन्याय केलाय. आगळीक हुती, तर आकारामाला हतं वाड्यात बोलावून घ्यायाचं. हतं वाड्यात त्याला जोड्यानं हानला असता, तरी आमी बोललू नसतो. पर चावडीम्होरं धा मानसांच्या समक्षी त्येच्यावर हात टाकनं बरं न्हवं!"

"खरं आहे तुझं शिदा, पण तोही नाकळता आहे. तुझ्या-माझ्याइतकी समजूत त्या पोराला कुठली? त्याची चुकी झाली, हे खरं! ही झाली गोष्ट होऊन गेली; तुम्ही आता इतकं ओढून धरू नका!"

पण हे बोलणं महारांना पटलं नाही. इटुबा बोलला, "अवं, आज त्याला मारलं; उद्या आमचा जीव घेत्याल ते! आमी जगावं कसं? जावं कुठं?"

दादा शांतपणानं म्हणाले, "बरं, मग तुमचं म्हणणं काय?"

"दुसरं काय म्हननं हाय? आजपासनं तुमच्या घरचं काम आमच्यानं होनार न्हाई. तुमी आपलं रोजगारी लावून करून घ्या."

शिदानं आपलं म्हणणं सांगितलं. खेड्यात महाराअभावी पदोपदी नडतं. लाकूड फोडणं, रानातून कडबा आणणं, कुठं परगावी निरोप घेऊन जाणं – सतरा कामं असतात.

आकण्या बोलला, "तुमचं काम शाप होणार न्हाई आमच्या हातनं. हातनं म्होरं म्हार येनार न्हाई वाड्यात तुमच्या."

दादा हाडाचे कुलकर्णी. वयाची साठ वर्षं त्यांनी या लोकांकडून कामं करून घेतली होती. त्यांच्याशी कशा धोरणानं वागायचं, ते त्यांना माहीत होतं. समजुतीच्या स्वरात त्यांनी सांगितलं, "हे बघा गड्यांनो, तुम्ही सगळे आता रागात आहात. राग कुणाला नाही? मुंगीवर पाय पडला, तरी ती उलटून चावते. तुम्हाला राग येणारच. पण आता मी सांगतो, तसं करा. परत म्हारवाड्यात जा. सगळी जणं जमा. शांतचित्तानं विचार करा. राग निघू द्या. आणि मग मला काय ते सांगा."

त्यावर संद्या फटकन बोलला, "समदा इच्यार झालाय आमचा दादा. आता कशाचा इच्यार?"

"पुन्हा एकवार नीट विचार करा. दुपार झाली. मला आता जेवण करायचं आहे. तुमालाही तुकडा खायचा असंल. जा, शिदा. उठा. तिसऱ्या प्रहरी सावकाश येऊन सांगा मला."

खिदडून लावली, तेव्हा म्हारं उठली आणि कुरकुरत बाहेर पडली.

मी दादांना म्हणालो, ''ना करेनात काम! त्यांच्याशिवाय काय अडून राहत नाही. आम्ही रोजगारानं घेऊ काम. जोरा नको लोकांचा.''

''तसं नसतं बाबा. त्यांच्यासमोर जन्म काढायचाय तुम्हाला. त्यांना तुम्हाला सोडून भागायचं नाही आणि तुम्हाला त्यांना सोडून चालायचं नाही.''

असं म्हणून दादा जेवायला उठले.

तेव्हा माझ्या अंगात रग होती. विचार फारसा नव्हता. घरच्या गाईचं दूध पिऊन आणि तालमीतल्या मातीत लोळून शरीर चांगलं पुष्ट केलं होतं. गावात मी सहसा बाहेर पडत नसे. उगाच कुणाला बोलतही नसे. त्यामुळं साऱ्या लोकांना माझा वचक होता. खरं तर आकण्याला मी माझ्या बुद्धीनं मारला नव्हता; भाऊनं ही गोष्ट माझ्याकडून करवून घेतली. तो स्वत: पाप्याचं पितर आहे, पण मोठा डोकेबाज आहे. कुलकर्ण्याचा परस्पर काटा काढावा आणि इतर म्हारांनाही अद्दल घडून त्यांनी आपल्या परीनं असावं, यासाठी त्यानं मला सांगितलं, ''त्या म्हाराला एकदा गाठून हाण रे. नुसता उचलून आपट. निशाणी करू नकोस अंगावर. फार झालं, तर लाथा-बुक्क्या हाण.''

– आणि मी त्याप्रमाणे केलं. त्या वेळी हरिजन वगैरे मी जाणत नव्हतो. प्राय: महार ही मोठी कोडगी, कावेबाज, उर्मट आणि धूर्त जात आहे, असा माझा समज होता. आणि हे सगळं मला माहीत असतं, तरीही मी आकण्याला मारला असताच. कारण तो अति उर्मट होता. गावात कुचाळक्या करण्यात त्याचा हातखंडा होता. उर्मट उत्तरं द्यावीत, कामधाम करू नये, पटक्याची कोचं काढून गावातून हिंडावं – असा त्याचा शिरस्ता होता. त्यामुळं त्याला शासन व्हावं, असं सर्वांनाच वाटे. तसा तो कुलकर्ण्याच्या मर्जीतला पडल्यामुळं कुणी गावकरी त्याच्या वाटेला जात नसत.

मी अंघोळीला गेल्यावर पाठोपाठ येऊन तुका कंडऱ्या म्हणाला होता, ''महार कच्चं सोडलंत. चांगला लाथाडायचा गुलामाला. त्याच गुणाचा आहे तो!''

तिसऱ्या प्रहरी पुन्हा सारी म्हारं जमून वाड्यात आली. दादांनी विचारलं, ''विचार केला का इटुबा?''

''व्हय दादा, इच्यार केला आमी.''

''मग काय ठरलं?''

''काम हुयाचं न्हाई तुमचं आमच्या हातनं!''

''हे पक्कं का शिदा?''

''व्हय दादा, हे पक्कं! यात फेर हुयाचा नाही.''

दादा क्षणभर गप्प झाले आणि मग करारी आवाजात बोलले, ''बघा, पुन्हा

बदलाल. ध्यानात धरा – आज कुलकर्ण्याचं काम आबा बघतोय. उद्या पाळी माझ्याकडे येईल. तराळाची काठी घेऊन तुम्हांपैकी एकाला माझ्यापुढं उभं राहावं लागेल. विचार करा.''

तरी म्हारं बधली नाहीत. शिदा सर्वांत वडील आणि म्होरक्या होता. तो म्हणाला, ''जवाचं तवा बघता ईल.''

''मग काम होणार नाही, हे पक्कं? ठीक! मग असं करा शिदा, गुडघ्याचं पागुटं टकुऱ्यावर ठेव आणि उभं राहून म्हण – काम होणार नाही आणि जा.''

आता मात्र दादा संतापले होते. चिडले होते.

महारं चुपचाप बसून राहिली.

शिदानं पागोटं डोक्यावर घेतलं नाही. बोटानं मातीवर रेघोट्या ओढीत तो उगीच बसून राहिला.

– आणि मग एकाएकी म्हणाला, ''आमी का गाडव हाय व्हय दादा? आजपावूत तुमच्या खरकट्यावर जगलू; त्येचा इसर कसा पडंल? तुमी कुलकर्णी हुता, तवा मी तराळ हुतो. एकवार टपाल माझ्या हातनं गुमावलं. दुसरं कुणी असतं, तर माज्या हातात बेड्या पडल्या असत्या; पर तुमी संबाळून न्हेलं. हेचा इसर कसा पडावा?''

मग इटुबालाही स्फुरण चढलं. तावातावानं तो बोलू लागला, ''दादा, आवं, आमी कितीबी उड्या मारल्या, तरी शेवटाला तुमीचं आमचं दाल्लं. तुमच्या पायाखालचं चेंडू आमी. आमच्या मुळ्या ह्या पांढरीत गाडल्याल्या. त्या तुमासंगं भांडून आमचा टिकाव लागवा कसा वं?''

बाकीच्या महारांवर परिणाम झाला. मग पांडा हळूच म्हणाला, ''आमचं भांडन दादांच्या संगं न्हाई, त्येंचं काम आमी करू... पर ह्यांचं काम आमच्या हातनं हुनार न्हाई.''

महारांनी पडतं घेतलं. दादांची मात्रा बरोबर लागू पडली. तेव्हा ते हसून बोलले, ''शिदा, अरे, मग एवढा फार्स केला का?''

शिदा म्हणाला, ''दादा, रडत्याचं डोळं पुसायला पायजेत. आकारामची समजूत आमी काडायची न्हाई, तर कुनी?''

शिदाच्या या बोलण्यासरशी इतका वेळ मुकाट बसलेल्या आकण्या ताडकन उभा राहिला. रागानं लाल होऊन बोलला, ''अरं, तुमी समदी बामनाला भेला. थू: तुमच्या थोबाडावर! अरं, तुमी हातांत काकनं घातली. तुमाला 'मी'पनाच न्हाई. तुमी करा काम. खा लाथा. ह्यो आकाराम मातूर बामनाचं काम जिवात जीव हाय, तोवर करनार न्हाई. पुन्ना या वाड्यात जो पाऊल ठेवंल, तो म्हाराच्या वसाचा न्हवं!''

–आणि तो तरतरत वाड्याबाहेर गेला.

काही वेळ म्हारं मुकाट्यानं बसून राहिली. अखेर शिदा बोलला, ''दादा, पोर नाकळतं हाय. तुमी मनावर घिऊ नगा!''

– आणि मग सगळी 'बराय जातू' म्हणून निघून गेली. पांडा मात्र रेंगाळत राहिला. चावडीपुढं 'एकलाच हुता गा,' असं म्हणल्याबद्दल त्याचं मन खात असावं.

दादा उठले आणि पिशवीतून तंबाखूची चिमट काढून त्यांनी पांडाच्या हातावर टाकली. ती दाढेला धरून तो म्हणाला, ''कुऱ्हाड द्या हकडं. वाईशा फाळी काढून जातू.''

यानंतर वर्ष, सहा महिने गेले. सारी म्हारं येत होती, काम करीत होती; पण आकण्या आला नाही. त्यानं आपला पण पाळला होता. तो अजून हरला नव्हता. आमचंही त्याच्याशिवाय अडत नव्हतं. मात्र, अलीकडे तो आबा कुलकर्ण्यांच्यात फारसा नसे. आमच्याविषयी कुठं बोलतही नसे. कुणी विचारलं, तर म्हणायचा, ''ते दोघं भाऊबंद भांडत्यात... हत्तीहत्तीची टक्कर ती. त्यात पडून आपल्या गरिबाचा फुकट चुरा हुयाचा.''

एकदा दुपारचं काही उद्योग नव्हता, म्हणून दादा कुऱ्हाड हाती घेऊन बाभळीची एक कठीण गाठ फोडत होते. आम्ही कुणी घरी नव्हतो. म्हातारा आपल्या जीर्ण हातानं घाव घालत होता. लाकूड फुटत नव्हतं आणि घामाच्या धारा लागल्या, तरी यांची चिकाटी सुटत नव्हती.

दरवाज्याबाहेर उभा राहून आकाराम हे बघत होता.

अखेर दमून-भागून दादा उभे राहिले. कुऱ्हाड टाकून घाम पुशीत आपणाशीच म्हणाले, ''भांचोत, मोठं टणक लाकूड आहे; फुटता फुटत नाही!''

त्यांना धाप लागली होती. आधीच दम्यानं पोखरून जीर्ण झालेलं शरीर त्या कठीण लाकडाशी झट्या घेऊन गळून गेलं होतं. म्हातारा थकला होता.

मग आकारामला राहवलं नाही. झपाट्यासरशी तो आत आला. पडलेली कुऱ्हाड उचलून घेऊन म्हणाला, ''सरा बाजूला. तुमी लाकूड फोडायला, आमी काय कुटं गेलू हुतो? आमास्नी काय रोगडा आलाय?''

∎

सीताराम एकनाथ

अमावास्येच्या काळ्या रात्री सुंद्रा माळीण वावटळीसारखी मोठ्या वाड्यात शिरली. अंगणातल्या दावणीला डोळे मिटून रवंथ करीत बसलेली सीताराम एकनाथची चार बैलं तिच्या पायाच्या आवाजानं बुजली आणि धडपडून उभी राहिली.

आली तशी पुढचा सोपा, माजघर पार करून सुंद्रा थेट स्वयंपाकघरात शिरली. समईच्या प्रकाशात सीताराम एकनाथची म्हातारी आई विरजू घालीत होती, तिच्यापुढं जाऊन उभी राहिली.

चाहुलीसरशी दचकून म्हातारीनं वर पाहिलं. डोळ्यांना नीट दिसलं नाही, तेव्हा बोबड्या शब्दांत विचारलं, "कोण आहे?"

सुंद्रा भुतासारखी आणखी एक पाऊल पुढं आली. दोन्ही हातांनी उचलून आणलेला धोंडा म्हातारीपुढं आदळून ओरडली, "ह्यो धोंडा घाल माज्या टकुऱ्यात आन् जीव घे माजा!"

म्हातारीला काहीच बोध झाला नाही. चमत्कारिक चेहऱ्यानं ती नुसती बघत राहिली.

"माज्या पोरीचं वाटुळं केलं. मानसातनं उठवली तिला. माज्या भाबडीच्या ध्येनात आलं न्हाई. माज्या गळ्यात पडून लेक रडली, 'आई, मला दादल्यानं टाकली म्हणून तुझ्या आसऱ्याला आले, आन् अशी फसले. मला भूल पडली...'

म्हणून गुरावानी हंबरली.''

सुंद्राचा आवाज बसला होता. संतापानं तिच्या डोळ्यांतून पाण्याचा धारा लागल्या होत्या. एखाद्या लहान मुलासारखी ती रडत होती. हातवारे करीत होती. दात-ओठ खात होती.

म्हातारी ऐकत होती.

''माज्या पोरीचं वाटुळं केलं. माजी गुनाची बाई... माजं वनवाशी पाखरू... तिचा तुज्या लेकानं घात केला. धुतल्या तांदळासारखी माजी लेक, तिला डाग लावला. तुज्या काळ्या सापापासनं पोरगी पोटुशी ऱ्हायली. गळ्याला आलं तवा तिनं मला सांगटलं, 'आई, मी ईस खाऊन मरते... आई, मी हिरीत जीव देते...' माजं काळीज हललं. निम्म्या रातची उठून व्हलारणीकडं गेले, हाता-पाया पडले. तिच्या मुडद्यावर चाळीस रुपयं घाटलं. आन् मिनत्या केल्या– बाई, माज्या लेकीला मोकळं कर. तिनं मोकळं केलं. म्हातारे, माज्या लेकराच्या पोटावर बकाबका लाथा हाणल्या, बुक्क्या हाणल्या. गुरावानी वरडली पोरगी, आन् मग हाल-हाल होऊन तुज्या पोराचं पाप भायेर पडलं!''

डोक्याला हात लावून म्हातारी ऐकत होती. तिची मान जास्त हलू लागली अन् डोळ्यांना सुंद्रा स्पष्ट दिसेनाशी झाली.

एका झटक्यात सुंद्रा एवढं बोलली आणि मग तिच्या आवाजाची धार बोथटली. संताप निवला. केवळ दु:ख राहिलं. डबडबलेले डोळे आणि ओले गाल पुसून ती समईकडं बघत राहिली, निश्चल!

स्वयंपाकघरातला उदास काळोख कोपऱ्या-कोपऱ्यात साचून राहिला होता. ती एवढीशी समई संथ तेवत होती. आवाज कसलाच होत नव्हता.

साठ सुग्या पाहिलेली, इनामदारी संभाळून करारीपणानं आयुष्याचे शेवटचे दिवस ढकलीत असलेली ती जीर्ण म्हातारी आणि वीस वर्षं रंडकी राहिलेली, दोन लहान धाकटी पोरं वाढवून धीरानं जगणारी ही म्हातारी!

दोघी समोरासमोर बसल्या होत्या. काही न बोलता कुठं तरी बघत बसल्या होत्या.

काही क्षण स्तब्धतेत गेले.

आणि मग सुंद्राचे कोरडे डोळे एकाएकी पाण्यानं भरले. ओठांची, नाकपुड्यांची हालचाल होऊ लागली. म्हातारीपुढं आदळलेल्या धोंड्यावर तिनं आपलं दळभद्रं कपाळ ताड्ऽ ताड्ऽ आपटलं. रक्ताच्या धारा लागल्या.

''अगंऽ अगंऽऽ'' म्हणून थरथरल्या हातानं म्हातारी अडवू लागली, तेव्हा ती सर्रदिशी मागं सरली. उठून उभी राहिली. विलक्षण हातवारे करून म्हणाली, ''कशाला आडवतीस? कशाला मला आडवतीस? असल्या पोराला जलम देन्यापरीस

वांझुटी का न्हायली न्हाईस?''

उठली तशी झटक्यानं खाली बसली. दोन्ही हाताचं पंजे भुईवर आपटून, घासून कडाडली, ''वाटुळं हुईऽल... सत्यानाश हुईऽल गंऽऽ देव बघून घीऽल!''

आणि तरातरा निघून गेली! जशी आली, तशीच.

पुढ्यात ताका-दुधाची भांडी घेऊन म्हातारी किती तरी वेळ सुन्न बसून राहिली. आपल्या एकुलत्या एक लेकाची ही कसाबकरणी ऐकून म्हातारीचं सात्त्विक काळीज विलक्षण तळमळलं. पदरात एवढी थोरली दौलत होती आणि तिचा धनी हा असा होता. बापाचा केवळ मोठा लौकिक! त्यानं कधी कुणाचं फट्ऽ म्हणून घेतलं नाही. मेला तेव्हा सारं चिंचाळं वाड्यापुढं जमून ढसाढसा रडलं. एकनाथबाबानं गाव लेकरागत जपला. त्याच्यासारखा माणूस पुन्हा होणार नाही, म्हणून रडलं. त्या सूर्यापोटी हा शनी जन्मला. सुंद्रा माळिणीसारख्या कैक जणांचे तळतळाट त्याच्या माथी होते आणि तरीही तो तेच करीत होता. त्याचं लक्षण खोटं होतं. चिंचाळ्यातली बरी दिसणारी एक बाई सोडली नाही. कुणाच्या जमिनी व्याजात बळकावल्या. कुणाच्या मोटेची चालती बैलं सोडून आणून आपल्या गोठ्यात बांधली. कुणाच्या मळ्यातली झाडं तोडून तिसऱ्याच्या जागेत अरेरावीनं स्वतःचे इमले उठविले! चिंचाळ्याची उभी रयत त्यानं गांजली. गरीब गाव नाडलं, पिडलं. बापाची पुण्याई, ढीगभर पैका, सरकारदरबारी वजन ह्यामुळं मनातून जळणारं गाव अजून गप्प होतं. पण असं ते किती दिवस गप्प राहणार? इतक्या जणांचे तळतळाट माथ्यावर असताना तो किती दिवस जगणार! धनदौलत, परंपरा कशी जपणार? इनामदाराच्या घराण्याचा वंशवेल कसा वाढणार?

म्हातारीनं सुस्कारा सोडला. भुईवर हात टेकून उठत ती बोलली, ''विठ्ठला, बाबा, तुझी मर्जी!''

मग तिनं भांडी नीट ठेवून दिली. चुलीवरचा भात उतरून निखाऱ्याशी ठेवला. पाट मांडला. तांब्या-भांडं भरून ठेवलं.

गावच्या उचापती उरकून सीताराम एकनाथ घरी आला आणि हातपाय धुऊन पानावर बसला.

त्याच्याकडं बघत म्हातारी चुलीशेजारी बसून राहिली.

अख्ख्या चिंचाळ्याला गांजणारा सीताराम एकनाथ अंगानं फाटका आणि रंगानं काळा होता. हाडापेरानं लांबार आणि चिवट होता. त्याचा चेहरा उभट होता. डोक्यावरच्या आखूड केसांचा तो उजवीकडं भांग पाडी. तेलकट कपाळावर तांबड्या गंधाच्या दोन सणसर रेघा नेहमी ओढी. त्याच्यामध्ये फुगलेली शीर चमत्कारिक दिसे. चेहऱ्याच्या मानानं त्याचं नाक मोठं होतं. मध्येच बाक घेऊन ते पार त्याच्या वरच्या ओठावर लोंबकळे. त्याचे ओठ जांभळे-काळे होते आणि खालच्या ओठावर

एक चिंचोक्याएवढा पांढरा डाग होता.

कसल्या तरी नादात रंगून तो जेवत होता. चालण्या-बोलण्यासारखं त्याचं जेवणही घाईचं. खाली वाकून तो भराभर घास घेत होता.

मागचा भात वाढीपर्यंत म्हातारी काही बोलली नाही. तो वाढला, तेव्हा मग हलक्या आवाजात बोलली, ''किती जणांचा तळतळाट घेशील शिता! मला म्हातारीला तुझी चांगली वागणूक एकदा बघू दे की. गावातल्या चार माणसांनी तुला चांगलं म्हटल्याचं ऐकू दे एकदा!''

सीताराम एकनाथनं मान वर करून बघितलंदेखील नाही. तो काहीच बोलला नाही. तशी ती म्हातारी पुढं बोलली, ''सुंद्रा माळीण आली होती आता.''

हे ऐकताच त्यानं कान टवकारले. त्याची मुद्रा बदलली.

''नवऱ्यानं टाकली म्हणून तिची पोरगी आईच्या आसऱ्याला आली – तिची कशाला पाठ घेतलीस तू? म्हातारी संतापानं वेडी झालीय. हाणून-बडवून घेतलं तिनं. तळतळाट दिला. काय म्हणावं तुझ्या वागणुकीला! याच पायात बायकोनं आडात उडी घेऊन जीव दिला, तरी चांगुलपणा येऊ नये तुला?''

यावरही तो काही बोलला नाही. भाताचे घास भराभर घेत राहिला. हाताला मीठ चोळून उठला. आचवून ढेकर देत पुढल्या सोप्यात गेला.

म्हातारी जेवली नाही. वाकल्या पाठीनं आवराआवर, झाकपाक करता-करता ती आपणाशीच बडबडत राहिली. पुटपुटत राहिली.

हात पाठीशी घेऊन उघड्या अंगानं सीताराम एकनाथ येर-झारा घालू लागला. सोप्याच्या या टोकापासून त्या टोकापर्यंत आत बडबडणाऱ्या म्हातारीचा आवाज येत होता, पण शब्द कळत नव्हते.

अंगणातल्या निंबाच्या काळोखानं माखलेल्या डहाळ्या हलत होत्या. वारा वाहत होता. खसपसाट वाढत होता. डोळे मिटून बैलं रवंथ करीत बसली होती. त्यातला एक घोरत होता. सोप्याच्या मधोमध टांगलेला कंदील लांब दोरीवर वाऱ्यानं झोके घेत होता.

सीताराम एकनाथ येर-झारा घालीत होता – सोप्याच्या या टोकापासून त्या टोकापर्यंत.

आता म्हातारीची झाकपाक झाली होती. माजघरातल्या जात्यापाशी तिनं अंथरूण घातलं. भिंतीला टेकून बसून ती हलक्या आवाजात म्हणू लागली –

'अरे रामराया किती कष्टविशी,
तुझी पादपद्मे कधी दाखविशी
तुझ्या भक्तिची हौस मोठी जिवाला,
कधी भेटशी रामराया कृपाळू....'

सीताराम एकनाथच्या येरझाऱ्या थांबल्या. खुंटीवरचा अंगरखा घेऊन तो बाहेर पडला.

काळोख किट्ट होता. डोळ्यांत बोट घातलं तरी दिसत नव्हतं. पण तशा अंधारात सीताराम एकनाथ मांजराच्या डोळ्यानं चालला होता. खेड्याच्या अरुंद गल्ली-बोळांतून त्याची सराईत पावलं न थटता, न ठेचकाळता बिनचूक पडत होती. लिंगड्याच्या वाड्याला वळसा घालून, पाटलाच्या गोठ्यामागून तो आला आणि गोदा वाणिणीच्या दुकानाच्या दारावर थाप टाकून उभा राहिला.

वाणीण विक्रीच्या खोबरेल तेलात गोडं तेल मिसळीत बसली होती. ती चटकन हलली. आपल्या कर्कश आवाजात ओरडली, "कोन हाय त्ये?"

सीताराम एकनाथ खाकरला आणि हळू आवाजात बोलला, "अगं गोदे, मी आहे – दार उघड!"

वाणिणीचा जीव खाली पडला. तिच्या अंगाचा पसारा मोठा होता. भुईला हाताचा नेट देऊन ती उठली आणि बदकासारखी चालत दाराशी आली.

दार उघडताच सीताराम एकनाथ पटकन आत घुसला. त्यानं दार लावून घेतलं.

गालाला एक बोट लावून वाणीण कुजबुजली, "अगं बाय! इनामदार, असं चोरट्यावाणी का आज?"

उत्तरादाखल इनामदार केवळ हसला, तशी वाणीण खूश झाली. तिनं जेनं अंथरलं. तक्क्या झाडला. पानाचा डबा पुढं सरकवला आणि मग तिच्या ध्यानात आलं की, आज रंग काही वेगळा आहे.

मग तिनंही चेहरा गंभीर केला. आणि विचारलं, "बोलाना का? चिंतागती दिसताया!"

सीताराम एकनाथनं अंगरख्याच्या खिशातनं विडी काढली. पेटवली. पेटती काडी फुंकर घालून विझवली.

"गोदा, तुझ्याकडं कामगिरी आहे एक –"

"मग सांगा की!" गोदा जवळ सरकली आणि खासगी आवाजात बोलली, "कोंडाला घेऊन येऊ का हतं?"

सीताराम एकनाथनं डोळे मिटले आणि नकारार्थी मान हलवली. विडीचे भराभर झुरके मारले. थोटुक जमिनीवर चुरगाळीत तो गोदाच्या कानापाशी तोंड नेऊन कुजबुजू लागला, तेव्हा त्याच्या तोंडात राहिलेला बाकी धूर बाहेर पडून तिच्या केसांवर पसरला.

घंटा-दोन घंटा कुजबुज चालू होती. मग सीताराम एकनाथ दुकानाच्या बाहेर पडला आणि काळोखात दिसेनासा झाला.

गोदा वाणिणीनं आपल्या अंगातली चोळी दातानं ओढून-ओढून फाडली. नेसलेलं

लुगडं जागोजाग फाडलं. अंगावर बळेच नखाचे ओरखडे उठवले आणि चेटकिणीसारखी बाहेर पडली. सुंद्रा माळिणीच्या घरापाशी आली.

त्या छोट्या खेड्यात कुणी कुणाच्या ओळखीचं नाही, असं नव्हतं. गोदाचा आणि साऱ्या गावाचा परिचय होता. तेल-मिठापायी गावातल्या प्रत्येक माणसाला तिच्या दुकानात यावं लागे. कारण चिंचाळ्यात वाण्याचं दुसरं दुकान नव्हतं. गोदाला सारा गाव ओळखीत होता. सुंद्रा माळिणीचा मवाळ पोरगा शामूही तिला ओळखीत होता.

गावात सामसूम झाली होती. सुंद्राच्या घरात त्या मायलेकी झोपी गेल्या होत्या का जाग्या होत्या, हे कळायला मार्ग नव्हता. त्यांच्या माळीचं कवाड बंद होतं. कदाचित डोळ्यांतून पाणी गाळीत सुंद्रा घोंगड्यापाशी तळमळत असेल... कोंडा ह्या अंगावरची त्या अंगावर होऊन उसासे सोडीत असेल. पण बाहेरच्या अंगणात गुराच्या गोठ्यापाशी खाटलं टाकून शामू पडला होता, आणि दिवसभराच्या श्रमानं त्याला गाढ झोप लागली होती. बावीस-तेवीस वर्षांचा अबोल आणि बुजरा शामू निवांत झोपला होता. संतापाच्या भरात सीताराम एकनाथच्या म्हातारीपाशी सुंद्रा झाली गोष्ट बोलून गेली होती, पण मग ती कुणापाशीही बोलली नाही. पोरीच्या बेअब्रूची गोष्ट चारचौघांच्या कानावर जाऊन बोलबाला न व्हावा, यासाठी ती जागरूक राहिली. तात्या व्हलाराची बायको आणि इनामदाराची म्हातारी याखेरीज गोष्ट कुठंच फुटली नाही. प्रत्यक्ष शामूलाही तिनं यातलं काही सांगितलं नाही. आणि घरातल्या घडामोडीकडं बारीक लक्ष ठेवण्याइतका शामूही हुशार नव्हता. त्याच्या ध्यानात ही गोष्ट आली नाही. तो कधी तोंडभर बोलत नसे. चार माणसांत मिसळत नसे. सदा गुरंढोरं, पीकपाणी ह्याच्या उसाभरीत गुंतलेला असे.

गोदा हळूहळू आली. शामूच्या उशाशी उभी राहिली. हात लावून त्याला हलवत कुजबुजली, "शामूऽ ए शामूऽ शामू!"

सावध झोपेचा शाम जागा झाला. उठून बसला.

"कोण त्ये?"

"मी गोदा वाणीण."

"काय?"

"गाय सुटलीया माजी – घावंना मला. तेवढी बांध. चल!"

वाणिणीचं दुकान जवळच होतं. ती घरी एकटीच होती. गाय सुटली, साप निघाला म्हणजे ती रात्री अंधारी येऊन शामूला उठवी.

शामूनं जांभई दिली. पायांत पायताण घालून तो उघडाच गोदाबरोबर गेला. दुकानापाशी येऊन गोदा म्हणाली, "दिवा गेला जनू!"

आणि उंबऱ्यानजीक उभ्या राहिलेल्या शामूला तिनं नेटानं आत ढकललं.

बाहेरून दार लावून घेऊन कडी घातली. जोरात बोंब ठोकली.

"चोर दुकानात शिरला माज्याऽऽ माज्या घरात चोर शिरला... आता काय करू गं बाई!"

गोदा ओरड-ओरड ओरडली आणि मग पहिल्या झोपेतनं लोक सावध झाले. राखणदार रामोशी काठ्या, कुऱ्हाडी घेऊन धावले. गोदाच्या दुकानापुढं गर्दी झाली. पाटील, कुळकर्णी ही अधिकारी मंडळीही गोळा झाली. हातात कंदील आणि सोटा घेऊन सीताराम एकनाथही आला.

गोदा ओरडाओरड करीत होती. थरथर कापत होती. थयथय नाचत होती.

"गोदा!" तिला दरडावून सीताराम एकनाथ बोलला, "गप बस आता. इतकी मंडळी जमलीत आणि आता भ्यायला काय झालं?"

गोदा गप झाली.

रामोशांनी कुऱ्हाडी सरसावून दार रोखलं. त्यांच्या भोवती बाकीच्या मंडळींनी कडं केलं. सीताराम एकनाथनं दार ढकलून इशाऱ्यासाठी हाळी दिली, "संभाळा!"

पण उघड्या दारातून कोणीच बाहेर आलं नाही. काही क्षण श्वास रोखून मंडळी उभी होती, पण शिकार बाहेर पडली नाही!

सीताराम एकनाथ आत घुसला. त्यासरशी रामोशांनीही नेट केलं. खाली मान घालून भेदरलेल्या भेकरागत कोपऱ्यात उभ्या राहिलेल्या चोरावर झेपा टाकल्या. त्याला बाहेर खेचला.

बाहेर येताच सीताराम एकनाथनं कंदील वर करून त्याचं तोंड पाहिलं आणि आश्चर्यानं बोलला, "अरेच्या, हा तर सुंद्राचा शामू!"

मग गडबड झाली. गोंधळ झाला. झोपेतून जागी झालेली सुंद्रा ऊर बडवीत आली. पांढरीफटक पडलेली कोंडा रडत-भेकत आली. रामोशांनी शामूला काढण्या लावलेल्या पाहताच त्या दोघींनी आकांत केला!

सुंद्रा म्हणाली, "अवं, माजं पोरगं चोरी करायचं न्हाई... अवं, माजं बाळ इचारल्याबगार कुनाच्या रानातला कांदा बी उपसत न्हाई!"

पण तिचं ऐकतो कोण?

शामूच्या डोळ्यांतून पाण्याच्या धारा लागल्या होत्या. शरमेनं तो अर्धमेला झाला. त्याला खरी गोष्ट सांगायचंही भान राहिलं नाही. गावकऱ्यांनी सुंद्रा-कोंडाला समजावून घराकडं पिटाळलं आणि शामूला चावडीच्या खांबाला बांधून घातलं. राखणीला हत्यारबंद रामोशी ठेवले.

मग रीतसर पंचनामा झाला. पोलिसपाटलानं तालुक्याला वर्दी दिली. तिकडून शिपाई आले. शामूला धरून घेऊन गेले.

सुंद्रानं अंथरूण धरलं; हाय खाल्ली. कोंडाच्या अंगात अगोदरच बारीक ताप

होता, तो जास्त झाला. आईच्या शेजारी तिनंही अंथरूण घातलं. दावणीला गुरंढोरं उपाशी राहिली. सुंद्राच्या घरची घडी विस्कटली आणि एके दिवशी सीताराम एकनाथ तिला भेटायला गेला. त्याला बघताच सुंद्रा भडकून उठली. झाल्या-गेल्या प्रकारानं ती खचली होती, तरी भडकून उठली. कोंडा तोंड फिरवून धसाधसा रडू लागली. सीताराम एकनाथकडे तिनं पाहिलंही नाही.

सुंद्रा म्हणाली, ‘‘का बाबा माज्या काळजावर डागण्या द्यायला आलास?’’

तेव्हा सीताराम एकनाथ पुढं झाला. म्हातारीच्या अंगावर हात फिरवीत बोलला, ‘‘सुंद्रा, तू माज्या आईसारखी. वासनेच्या भरात माणसाच्या हातून होऊ नये, त्या चुका होतात. मला माफी कर.’’

हे बोलताना त्याच्या डोळ्याला पाणी आलं. सुंद्राच्या हडकुळ्या पायांवर त्यानं डोकं ठेवलं.

सुंद्राला रडण्याचा जास्त उमाळा आला.

‘‘माजं आल्लाच्या गाईवाणी पोरगं – ते गुन्ह्यात अडकलं. त्यालाबी अशी बुद्ध झाली. वाणिणीनं कावा केला. तिचं मी काय केलं होतं?’’

सीताराम एकनाथ म्हणाला, ‘‘अगं, वाणीण नीच बुद्धीची नाही. तिला कुणी तरी शिकवलं असंल. तुज्या भावकीतलं कुणी तुझ्या वाईटावर आहे का?’’

सुंद्राच्या डोक्यात नवाच प्रकाश पडला. तिचा हेवादावा करणारी तिची रंडकी भावजय डोळ्यांपुढं उभी राहिली. वाणिणीच्या दुकानात तपकीर ओढीत ती सदा बसलेली असे.

‘‘व्हयं रं माज्या लेकरा, ती औदसा बायजा माज्याएकी सदैव जळती. तिला माजं बरं बघवत न्हाई. माजं लेकरू चार घास सुखानं खातंया, ते तिला बघवत न्हाई. व्हय रं माज्या लेकरा... तिनंच माजा दावा साधला!’’

सुंद्राच्या अर्धवट पिकलेल्या झिंज्या विस्कटल्या होत्या. तोंड वाकडं-तिकडं करून बोलताना तिच्या गळ्याच्या शिरा ताणलेल्या दिसत होत्या. दातवणानं काळे झालेले दात तिनं कराकरा खाल्ले. दोन्ही हातांचे तळवे भुईवर आपटून तळतळाट दिला, ‘‘वाटुळं हुईऽल. देव बघून घीऽल!’’

सुंद्रा माळिणीच्या घरात सीताराम एकनाथ बराच वेळ बसला आणि उठून आला.

दुसऱ्या दिवशी तालुक्याला गेला आणि शामूला जामिनावर सोडवून घेऊन गावी आला.

सुंद्रा म्हणाली, ‘‘गावात माजी इतकी भावकी हुती, पन कुनी माजी इच्यारपूस केली न्हाई... कामाला आला बामणच!’’

मग खटला उभा राहिला. तारखा पडू लागल्या. खर्चासाठी पैशांचा तुटवडा पडला. तेव्हा सीताराम एकनाथनं शामूला एकटा गाठून सांगितलं, ‘‘शामू, पैक्याची

काळजी करू नकोस. काय लागतील, ते माझ्याकडून घे.''

मग त्यानं वरचेवर शामूला हातउसने पैसे दिले. गोड-गोड बोलून त्याच्याकडून जमिनीचं खरेदीपत्र करून घेतलं, सुंद्राच्या नकळत.

अखेर शेवटी खटल्याचा निकाल लागला आणि व्हायचं ते झालंच. शामूला सजा झाली; त्याच्या पायात साखळ्या पडल्या!

सुंद्रा माशासारखी तडफडली. सैराट झाली. कुणा वाटेल त्याला 'तूच माज्या पोराचं वाटुळं केलंस,' म्हणू लागली. साऱ्या गावाला शिव्या देऊ लागली. तुरुंगात शामूला भेटायला गेल्यावर जेव्हा तिला जमिनीच्या छुप्या खरेदीपत्राची बातमी कळली, तेव्हा तर ती बेफाम झाली. सीताराम एकनाथची सारी करणी सांगून शामूला म्हणाली, ''कसाबा, जिमीन कशी रं इकलीस? अरं, तू आपल्या आईचा गळा हातानं कापलास! अरं, हे सगळं त्या काळ्याचं काम! त्यानंच गोदाला सांगून तुला साखळ्या अडकावल्या... त्यानंच रं, त्यानंच!''

चिंचाळ्याला येताक्षणीच तिनं मोठ्या वाड्याच्या पायरीवर हाणून-बडवून घेतलं. तोंडात माती घालून मोठ्यानं बोंब ठोकली!

या गोष्टीला महिना-पंधरा दिवस झाले.

तालुक्याच्या गावाहून सीताराम एकनाथ चिंचाळ्याला माघारी येत होता. वैशाखाची दुपार चावऱ्या कुत्र्यागत अंगाला डसत होती. घामाच्या धारा पुशीत सीताराम एकनाथ लांब-लांब टांगा टाकीत होता. चोहीकडं माणदेशातलं वैराण माळरान पसरलं होतं. झाड नव्हतं, झुडूप नव्हतं. पाखराचा सावट नव्हता की, माणसाचा वग नव्हता. वळसे घेत गेलेली पाऊलवाट सरता सरत नव्हती. माळाची लांबड संपता संपत नव्हती. धोतराचा काचा मारून सीताराम एकनाथ चालला होता. त्याच्या पाठीशी उपरण्यात बांधलेली केळी होती. उद्या म्हातारीचा उपास होता, म्हणून त्यानं ती मुद्दाम आणलेली होती. म्हातारी पार थकली होती. तिची इच्छा होती की, लेकानं पुन्हा लग्न करावं. इस्टेटीचा वारस डोळ्यांनी बघून ती प्राण सोडणार होती. तिची आता ही एकच इच्छा होती. म्हणून सीताराम एकनाथ तालुक्याला गेला होता. एका अडल्या बापाला गटवून आला होता. त्याची मूठ दाबून आला होता. सीताराम एकनाथ एका गरीब आणि सालस पोरीचा नवरा म्हणून पुन्हा मुंडावळ्या बांधणार होता. बोहल्यावर उभा राहणार होता. म्हातारीला ही बातमी सांगून, तो तिचं समाधान करणार होता.

सीताराम एकनाथ उतावळेपणानं लांब-लांब टांगा टाकीत होता; पण माळरानातून सरपटत जाणारी पाऊलवाट सरता सरत नव्हती. माळ संपता संपत नव्हता.

... आणि मग सुंद्रा आणि तिची पोरगी कोंडा त्याच्यापुढं येऊन एकाएकी उभी

राहिली – वाट अडवून उभी राहिली!

तो जागच्या जागी थबकला.

म्हाताऱ्या सुंद्रानं आपलं अप्रं लुगडं खोचलं होतं आणि हडकुळ्या हातात फरशी कुऱ्हाड घेऊन वासल्या डोळ्यांनी ती बामणाकडं रोखून बघत होती. तापानं पांढरीफटक पडलेली कोंडा हडळीसारखी तिच्या शेजारी उभी होती. तिच्या हातात टोकदार भाला होता!

सीताराम एकनाथ छातीचा जवान होता. तो मुळीच घाबरला नाही. लटपटला नाही.

कपाळावरचा घाम काळ्या कोटाच्या बाहीनं पुसून आणि उन्हानं कोरड्या पडलेल्या ओठांवरून जीभ फिरवून तो थोडका हसला. बोलला, "कोंडे... अगं सुंद्रा... बामणाला आडरानात गाठून मारता होय?"

सुंद्रचा चेहरा काळा-निळा झाला. तिचे सुरकुतलेले ओठ वाकडे-तिकडे झाले. विलक्षण त्वेषानं ती सीताराम एकनाथच्या काळ्या कोटावर पचकन थुंकली.

"थूऽरं थूऽ तुज्या थोबाडावर! अरं, सगळ्या चिंचाळ्यानं हातात बांगड्या भरल्या म्हणून म्या रंडकीनं हातात कुऱ्हाड घेतली!"

कोंडाचं सगळं अंग थरथरलं. शिरा तटातट फुगल्या.

"बामणा... हागंदारीतल्या डुकराऽऽ तुज्या पापाचा घडा भरला!"

"अगं व्हय कोंडे, पण मला अगोदर सांगायचं. माझ्या हातात निदान साधी काठी द्यायची –"

सीताराम एकनाथचं वाक्य पुरं झालं न झालं तोच म्हातारी सुंद्रा पुढं झाली आणि त्याच्या डोस्क्याचं टिपण साधून तिनं वार टाकला.

त्यासरशी तो अर्धवट खाली आला आणि चवताळलेल्या कोंडानं भाला खुपसला!

भाला....

कुऱ्हाड!

कुऱ्हाड....

भाला!

सीताराम एकनाथ गुरासारखा ओरडला. रक्ताच्या चिळकांड्या सरासर उडाल्या. रंगपंचमीच्या चिपळीसारखी एक चिळकांडी कोंडाच्या अंगावर उडाली आणि तिचं विटकं लुगडं लालीलाल झालं!

हातातला भाला फेकून देऊन ती जोरात किंचाळली.

सुंद्रानं कुऱ्हाड टाकली आणि रक्ताने भरलेल्या हातात पोरीचा हात घट्ट धरून ओरडली, "पोरीऽ ऽ पऽळ!"

आणि मग त्या वैराण माळरानावर एकमेकींचा हात धरून त्या मायलेकी सुसाट पळाल्या. सापाला झडपून जाणाऱ्या घारीसारख्या उडाल्या!

जागोजाग भोसकलेला, तोडलेला सीताराम एकनाथ रक्ताच्या थारोळ्यात काही क्षण तडफडला. फडातल्या पहिलवानासारख्या त्यानं भुईशी झट्या घेतल्या. खळ्या खांदल्या. पडलेली जागा सोडून तो चांगला सात-आठ हात जागेच्या रिंगणात फिरला. पडल्या-पडल्याच सरपटला. पालथा होऊन गुढगेमिठी आला. रक्तानं चिकट झालेल्या मातीत त्याचं नाक, तोंड घुसळलं. दोन्ही हातांच्या पंजांनी जमीन धरली. नखं, बोटं आत घुसवली. आवळली... आवळली आणि मग सारा कारभार आटोपला! खेळ खलास झाला!

■